இன்ஃபெர்னோ

ஒரு 72-பகுதி ஓவியத் தொகுப்பு

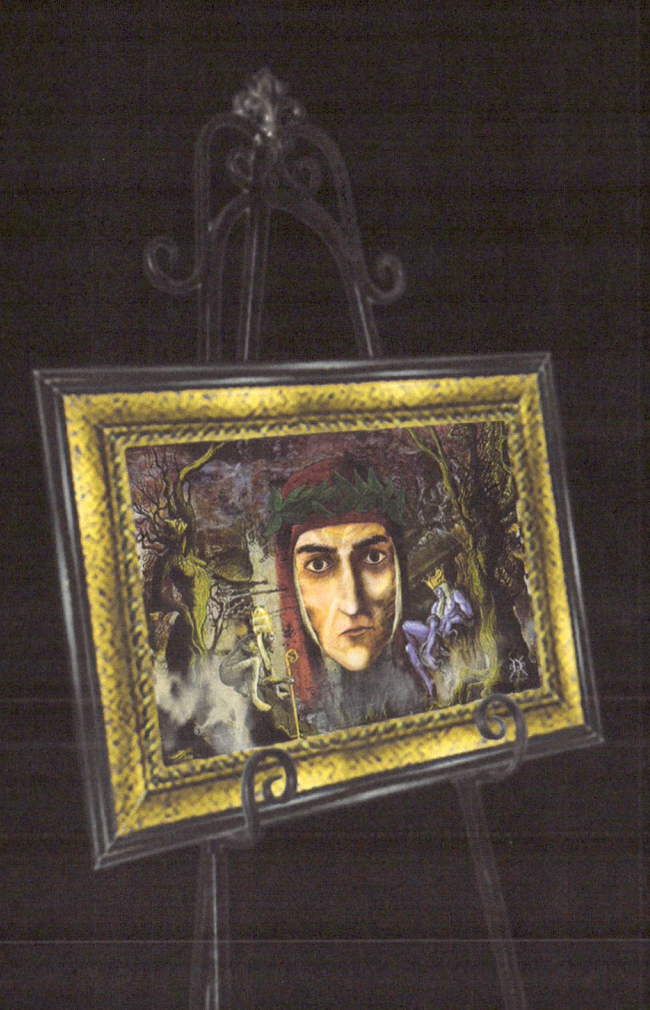

இன்ஃபெர்னோ
ஓவியத் தொகுப்பு

-டீனோ தி துராண்டே

முதல் பதிப்பு
10 9 8 7 6 5 4 3 2 1

அமெரிக்க காங்கிரஸ் நூலகம்: VAu 1-189-270

ISBN-10: 162879030X
ISBN-13: 978-1-62879-030-6

புத்தகங்களை மொத்தமாக வாங்க இங்கே தொடர்பு கொள்ளவும்:

Gotimna Publications, LLC
www.GotimnaPublications.com

ஓவியங்கள் வாங்க இங்கே தொடர்பு கொள்ளவும்:

Epic Art Collections, LLC
www.EpicArtCollections.com

இந்த வேலையை நான்,
எனக்கு வாழ்க்கையை கற்று கொடுத்தவரான
டாண்டே அலிகேரிக்கும்,
என் வாழ்வின் ஒளியாகிய,
நான் என் பீயாத்ரீசே ஓவியம்
மூலம் அளிவற்றவராக்கிய,
என் அன்பிற்குரிய லூசியாவிற்கும்
சமர்ப்பணம் செய்கிறேன்

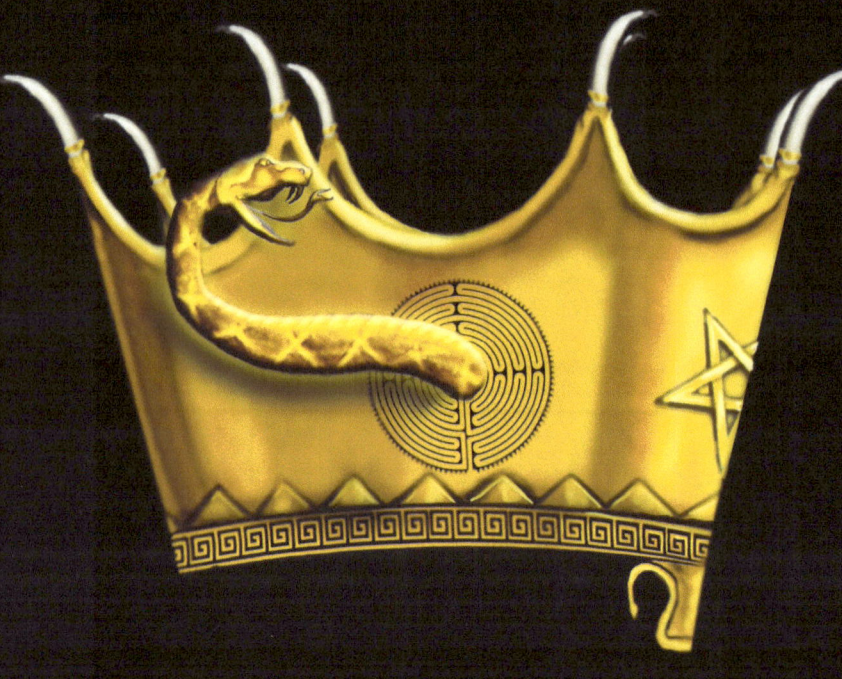

இறுதி தீர்ப்பு

முன்னுரை

டாண்டே அலிகேரி தனது தலைசிறந்த படைப்பான "தெய்வீக நகைச்சுவை" (The Divine Comedy) என்பதை, 1302-க்கும் 1321-க்கும் இடையில் எழுதியுள்ளார். அதன்பின் கடந்த ஏழு நூற்றாண்டுகளாக, நிறைய ஓவியர்கள் இதை தங்களது ஓவியங்களில் காட்சிப்படுத்த முயன்றனர்; இவற்றுள் சிலர் சாண்ட் ரோ போட்டிசெல்லி, வில்லியம் பிளேக், கஸ்தாவே டோரே. மற்றும் புகழ்பெற்ற சால்வடோர் டேலி ஆவர். மிகவும் பிரபலமான படைப்பை கஸ்தாவே டோரே 1861-ஆம் ஆண்டு வெளியிட்டார். ஒரு நூற்றாண்டுக்குப் பின் சால்வடோர் டேலி, தன் புரிதல்களை நுண் ஓவியங்கள் ஆக்கினார். இத்தாலிய டாண்டோலஜிஸ்டின்படி 1480-ஆம் ஆண்டில், சான்றோ போட்டிசெல்லி என்னும் ஓவியர் மட்டுமே இதனை சரியாக சித்தரித்துள்ளார். இப்போது ஒரு தற்கால ஓவியர் இந்த சவாலை மீண்டும் கையில் எடுத்துள்ளார்...

கருத்து ஓவியரான டீனோ தி துராண்டே, டாண்டேவின் நரகத்தை கேன்வாஸ் மூலம் உயிர்கொடுக்க எண்ணினார். அவரது எண்ணம், டாண்டே அலிகேரியின் தலைசிறந்த படைப்பான இன்ஃபெர்னோவை சரியாக சித்தரிப்பதோடு, தெய்வீக நகைச்சுவை பற்றி அறியாதவர்களுக்கும் அதை அறியப்படுத்துவதே ஆகும். இந்த ஓவியங்கள், டோரேவின் கருப்புவெள்ளை அச்சு போன்றும் அல்ல, அதன்பின் வந்த சால்வடோர் டேலியின் ஓவியங்கள் போன்றும் அல்ல. தி துராண்டே, அதன் முன் எங்கும் இல்லாத வகையில், பற்பல வண்ணங்கள் கொண்டு இந்த ஓவியங்களை கவனமாக வடிவமைத்துள்ளார். நரகத்தைப் பற்றிய அவரது ஆழமான புரிதல்கள், ஏழு நூற்றாண்டுகள் முன் டாண்டே அலிகேரி தன் வார்த்தைகளால் சொன்னவற்றை சித்தரித்துக் காட்டிய வேறு அனைவரின் படைப்புகளைக் காட்டிலும், தலைசிறந்ததாக விளங்குகிறது.

டாண்டேவின் நரகத்தைப் பற்றிய டீனோ தி துராண்டேவின் காட்சிப் பயணம், 2007-ஆம் ஆண்டு ஒரு கிராஃபிக் நாவல் எழுதும் யோசனையின் மூலம் துவங்கி, இந்த விளக்கப்பட புத்தகமாக 2014-இல் விரிவடைந்து நின்றது. இந்த நீண்ட கடின உழைப்பின் காரணம், தி துராண்டே அர்பணிப்பு மற்றும் சிறிய விஷயங்களுக்கும் கவனம் கொடுக்கும் ஒரு தொலைநோக்கு கலைஞர் என்பதே ஆகும். இவரின் ஓவிய படைப்புகள், ஆங்கிலம் மற்றும் பண்டைய இத்தாலியம் ஆகிய இரு மொழிகளில் வெளிவந்த "டாண்டே'ஸ் ஹெல் அனிமேட்டட்" மற்றும் "இன்ஃபெர்னோ டாண்டேஸ்கோ அனிமாடோ" என்னும் அனிமேஷன் திரைப்படங்களில் உபயோகப்படுத்தப்பட்டுள்ளது. அவரின் மொத்த 72 பகுதிகள் கொண்ட தனித்துவம் வாய்ந்த ஓவியத் தொகுப்பு, அமெரிக்கா, இத்தாலி மற்றும் வாடிகனை சார்ந்த 30 பிரபலங்கள், பேராசிரியர்கள் மற்றும் டாண்டோலஜிஸ்ட்கள் இடம்பெற்ற படமான "இன்ஃபெர்னோ பை டாண்டே"-வில் உபயோகப்படுத்தப்பட்டுள்ளது.

டாண்டேவின் காவியக் கதை இந்த படங்கள் மூலமாக உயிர்பெற தி துராண்டேவின் படைப்புகள் பக்கபலமாக இருந்தன. பார்வையாளர் நரகத்தின் ஒவ்வொரு நிலையையும், டாண்டே மற்றும் வெர்ஜிலுடன் பயணம் செய்து பார்த்து, அங்கு பாவிகளுக்கு கிடைக்கும் தண்டனைகளை டாண்டேவின் பிரம்மாண்டமான விளக்கங்கள் மூலம் காண்பர். அனிமேஷன் கதாப்பாத்திரங்களுடன் பயணம் செய்து, நரக வேதனைகளைக் கண்கூடாக பார்ப்போம். இந்தப் படங்களில் சித்தரிக்கப்பட்டுள்ள அனைத்து தி துராண்டேவின் ஓவியங்களும் இந்தப் புத்தகத்தில் இடம்பெற்றுள்ளன.

டாண்டே அலிகேரியின் தலைசிறந்த படைப்பான தெய்வீக நகைச்சுவைக்கு உருவம் கொடுக்க டீனோ தி துராண்டே தன் முழு உழைப்பையும் போட்டுள்ளார். அவர் உருவாக்கிய படங்கள் முதல் நீங்கள் தற்போது கையில் வைத்திருக்கும் புத்தகம் வரை, இவை அனைத்தும் அவர் இதன் மீது கொண்டுள்ள அன்பைக் காட்டுகிறது.

பக்கங்களைப் புரட்டி அனுபவியுங்கள்!

அர்மன்ட் மாஸ்ட்ரோயாணி
திரைப்பட இயக்குனர் / தயாரிப்பாளர்

Dino Di Durante

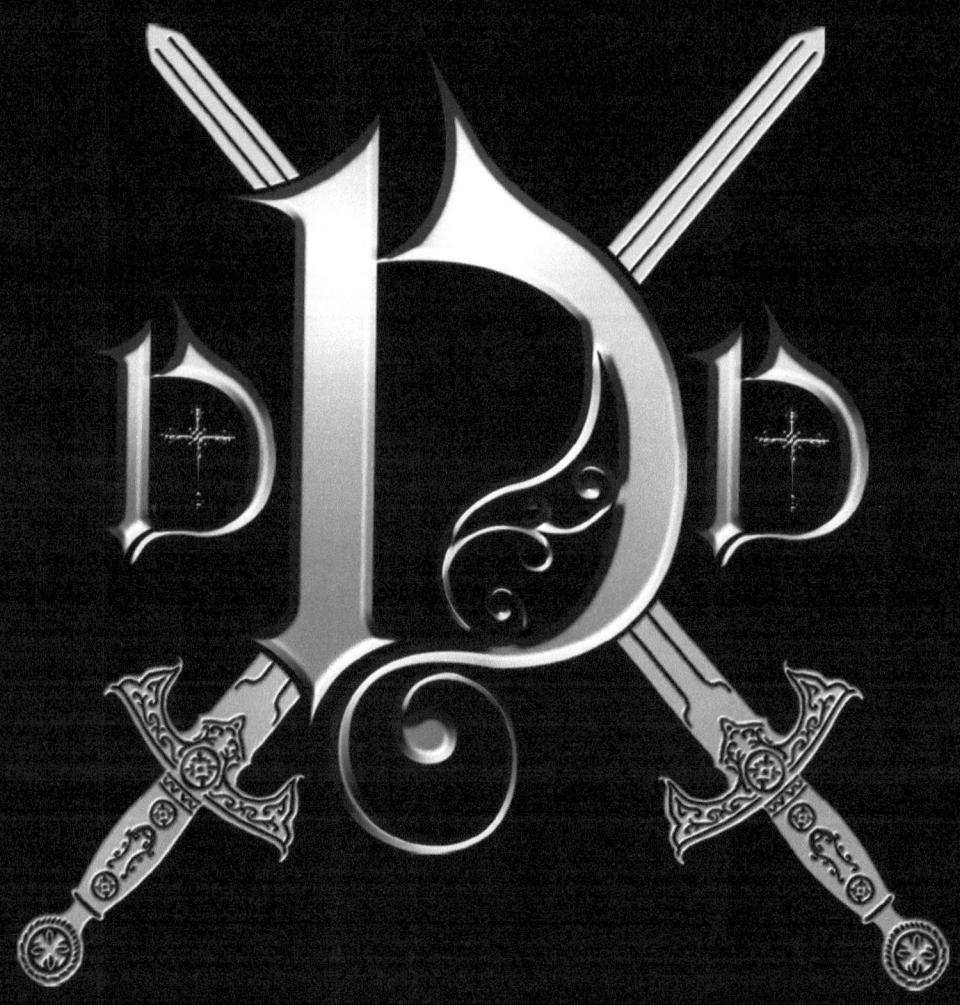

ஆசிரியர் அறிமுகம்

நான் 6 வயதாக இருக்கும்போது வாட்டர்கலர் வைத்து படம் வரையத் துவங்கி, பின்பு டெம்பராவில் வண்ணங்களுக்கு அதிக கட்டுப்பாடு இருப்பதால், அதனை தேர்வு செய்தேன். மரக்கட்டைகள் இலவசமாக கிடைத்ததால், டிஸ்னி கதாப்பத்திரங்களை அதில் வரைந்தேன். சில வருடங்களுக்குப் பிறகு வரைவதை நிறுத்திவிட்டு இசை, புகைப்படம் முதலியவற்றில் கவனம் செலுத்தினேன். கல்லூரி படிப்பு முடித்தப்பின் மீண்டும் தூரிகையை கையில் எடுத்தேன், அப்போது அக்ரிலிக் கலர் கொண்டு கேன்வாஸில் வரைந்தேன், பின்பு நுண் ஓவியம் எனப்படும் ஃப்ரீ ஸ்டைல் ஓவியங்களுக்கு மாறினேன்.

தெய்வீக நகைச்சுவை (The Divine Comedy) என்பது என் குடும்பத்தார் அடக்கடி பேசி விவாதித்த புத்தகமாகும். நான் லாஸ் ஏஞ்செல்ஸ் நகரிலுள்ள கலிபோர்னியா பல்கலைகழகத்தில் (UCLA) பொறியியல் மாணவராக இருக்கும்போது, இதை "படிக்க" காத்திருந்தேன். நான் அறிவியலில் அதிகம் கற்றிருந்தாலும், இத்தாலிய இலக்கியத்திலும் ஒரு சிறிய பட்டம் பெற்றென். UCLA-வை முதலில் சென்றடைந்தபோது, பொறியியல் வகுப்புகளுக்கு செல்லாமல், தெய்வீக நகைச்சுவை பற்றியும், பின்பு டாண்டே அலிகேரியின் முழு படைப்புகள பற்றியும் படிப்பதற்குத் தேவையான அடிப்படைத் தேவைகளை பூர்த்தி செய்ய சென்றேன். என் கல்லூரி காலத்தில் செய்ததிலேயே மிகவும் திருப்திகரமான விஷயம் இதுதான். தெய்வீக நகைச்சுவை என் வாழ்கையை பல வழிகளில் மாற்றியது. இறப்பிற்குப் பின் வருவதை டாண்டேயுடன் சேர்ந்து பயணிக்கும்போது வெகுவாக் ஈர்க்கிப்பட்டேன். எனினும், இந்தக் கதையை காட்சிப்படுத்த கடினமாக இருந்தது, கஸ்தாவே டோரேவின் படைப்புகளுடன் சம்பந்தப்படுத்திப் பார்த்தாலும் குழப்பமாக இருந்தது. அக்காலத்தில் இணையம் இல்லாததால், நூலகத்தில் என்னால் வேறு எதையும் கண்டுபிடிக்க முடியவில்லை.

அதனால், பல ஆண்டுகளுக்குப் பிறகு, டாண்டேவின் இன்ஃபெர்னோவைப் பற்றி ஒரு கிராஃபிக் பத்திரிகை தொடர் உருவாக்கத் துவங்கினேன். இதே வேளையில் இதைப்பற்றி இன்ஃபெர்னோ பை டாண்டே என்ற தலைப்பில் ஒரு திரைப்படம் எடுக்கும் வாய்ப்பு கிடைத்தது. அப்போது தான் இந்தத் திரைப்படம் எடுப்பதற்கு காட்சி ஓவியங்கள் ஏதுவாக இல்லை என்பதை உணர்ந்தேன். அதனால், பாடத்தை மாற்றலாம் என்று முடிவு செய்து, பத்திரிக்கை தொடரை நிறுத்திவிட்டு, நரகத்தைப் பற்றி ஆதி (தி டார்க் ஃபாரஸ்ட்) முதல் அந்தம் (தி ஸ்டார்ஸ் ஆப் பர்கடரி) வரை ஒரு புதிய பயணத்தைத் துவங்கினேன்.

டாண்டோலஜிஸ்ட் ரிக்கார்டோ பிரதேசி, என் துல்லியமற்ற வேலைகளை கூர்ந்து கவனித்த பிற்பாடு, தெய்வீக நகைச்சுவையை 1480-இல் கிட்டத்தட்ட சரியாக யூகித்த சான்றோ போட்டிசெல்லி என்பவர் என் வழிகாட்டி ஆனார். அவர் என் தவறுகள் பலவற்றை சுற்றிக் காட்டி, டாண்டேவின் இன்ஃபெர்னோ பற்றி அச்சு மற்றும் திரைப்பட வடிவில் துல்லியமாகக் காட்ட, இந்தத் தவறுகள் அனைத்தையும் சரி செய்ய வேண்டுமெனக் கூறினார். எனவே, ரிக்கார்டோ எனக்கு இலவச ஆலோசனை கொடுக்க முன்வந்தபோது, என்னைப் போன்றே டாண்டேவை விரும்பும் ஒருவரிடமிருந்து வரும் வாய்ப்பை ஏற்றுக்கொண்டேன். அவர் என் குழுவில் சேரும் முன்பே, காட்சிகளை வடிவமைத்து தவறுகளை சரி செய்து, இந்த உலகிற்கு இதுவரை அல்லாத ஒரு ஓவியத் தொகுப்பை கொடுக்க, எனக்கு அவேடிக் பாலையன் என்பவர் உதவி புரிந்தார். அனைத்து விபரங்களும், பறபல வண்ணங்களும், துல்லியமான உருவமைப்பும் பொருந்தின. ரிக்கார்டோ, அவேடிக் மற்றும் சான்றோ போட்டிசெல்லியின் படைப்புகள் ஆகியவற்றிற்கு தான் நன்றி சொல்ல வேண்டும்.

Dino Di Durante

ஒப்புகை

நான் நன்றி கூற வேண்டிய நபர்கள் ஏராளம். அவர்களுக்கு நன்றி கூற இந்த பக்கமோ, வார்த்தைகளோ போதாது.

முதலில், நான் இந்த தெய்வீக நகைச்சுவையை உலகத்தினருக்கு எடுத்து செல்ல வேண்டுமென்ற பணியை எனக்கு கொடுத்த இறைவனுக்கு நன்றி செலுத்துகிறேன்.

அடுத்து, என்னை எழுப்பி, உலகை புரிய வைத்து, என் பணிக்கான வழியைக் காட்டிய டாண்டே அலிகேரிக்கு நன்றி.

எனக்கு எல்லையற்ற நேசத்தையும், ஆதரவையும், அறிவையும் வழங்கிய என் அன்பிற்குரிய லூசியாவிற்கு, இந்த முழு படைப்பையும் சமர்ப்பணம் செய்வதோடு நன்றியும் தெரிவிக்கிறேன்.

என் 6 வயது முதலாகவே எனக்கு நிபந்தனையற்ற அன்பு மற்றும் ஊக்கம் கொடுத்த என் தாய்க்கும் நன்றி.

என் பணியை செவ்வனே செய்து முடிக்க, முதன்முதலில் வழி ஏற்படுத்தி கொடுத்த கார்லோஸுக்கு நன்றி.

குறிப்பாக, நான் டாண்டேவின் இன்:பெர்னோவை துல்லியமாக காட்சிப்படுத்த உதவிய ரிக்கார்டோ பிரதேசி அவர்களுக்கும் என் நன்றி.

இந்த புத்தகத்தின் முன்னுரையை எழுதியது மட்டுமல்லாமல் தன் கருத்துகளையும் வழங்கிய, என் நண்பரும், திரைப்பட இயக்குனருமான அர்மன்ட் மாஸ்ட்ரோயாணிக்கும் என் மனமார்ந்த நன்றிகள்.

எனக்காக UCLA-இலுள்ள (கலிபோர்னியா பல்கலைக்கழகம், லாஸ் ஏஞ்செல்ஸ்) இத்தாலியத் துறையின் கதவுகளை திறந்தே வைத்த, ஆரம்ப காலத்துலேயே என் வேலைப்பாடுகளின் ரசிகராகவும் விளங்கிய, பேராசிரியர் மாசிமோ சிவோலெல்லாவுக்கும் நன்றி.

என் படைப்புகளை நம்பி, என் இன்:பெர்னோ ஓவியத் தொகுப்பிலுள்ள 50 ஓவியங்களை 2011-இல் அறிமுகம் செய்ய, தன் பெருமதிப்புடைய அறக்கட்டளையின் கதவுகளை, பூண்டா டெல் எஸ்டே - உருகுவே என்னும் செழுமையான கோடை ரிசார்ட்டில் திறந்து வைத்த பாப்லோ அட்சுகரிக்கும் நன்றி.

ஆரம்ப காலத்திலிருந்தே ரசிகராக இருந்து, என் நீண்ட கடின உழைப்பிற்கு ஊக்கமூட்டிய ஜெ:ப் கானவேக்கும் நன்றிகள்.

இந்த புத்தகத்திற்கு ஒப்புதல் வழங்கி, பிறர் இதை படிக்க வேண்டும் என்ற நோக்கத்தோடு, தங்கள் பெயரை வழங்கிய அனைத்து நிபுணர்களுக்கும் நன்றிகள்.

DINO DI DURANTE

அறிமுகம்

டாண்டேவின் இன்ஃபெர்னோ ஓவியத் தொகுப்பு, 2011-ஆம் ஆண்டு ஜனவரி 12 முதல் பெப்ரவரி 28 வரை பாப்லோ அட்சுகரியின் அறக்கட்டளையில், மேற்கொள்ளப்பட்டு வரும் ஒரு படைப்பாக, பூண்டா டெல் எஸ்டே - உருகுவே என்னும் செழுமையான கோடை ரீசார்ட்டில் காட்சிப்படுத்தப்பட்டது. அந்நேரம் தொகுப்பிலுள்ள அனைத்தும் நிறைவு பெறாததால், 50 ஓவியங்கள் மட்டுமே காட்சிக்கு வைக்கப்பட்டன.

சில வருடங்களுக்குப் பிறகு சான் டிகோ, கலிபோர்னியாவின் காமிக் கான்னில், கிட்டத்தட்ட நிறைவேறிய படைப்புகளை வெளியிடும் வாய்ப்பு கிடைத்தது. 72 பகுதிகள் கொண்ட டாண்டேவின் இன்ஃபெர்னோ மொத்தத் தொகுப்பை முடிக்க, 2007-இல் துவங்கி 2014 இறுதி வரை ஆக மொத்தம் 7 ஆண்டுகளுக்கும் மேல் ஆகிவிட்டது. ஒவ்வொரு ஓவியங்களுக்கும் 50-இற்கும் மேலான பதிப்புகள் உள்ளன. சிலவற்றிற்கு 100 பதிப்புகளை விட அதிகம், இருப்பினும் ஒன்று தான் இறுதி ஓவியம்.

இந்த புத்தகத்தில் அச்சிடப்பட்டுள்ள ஒவ்வொரு ஓவியமும், அதன் கீழே ஒரு சின்ன விளக்கத்துடன் கொடுக்கப்பட்டிருப்பதால், இந்தக் கதையை எளிதாக புரிந்து கொள்ளலாம். இது மட்டுமல்லாமல், ஒவ்வொரு ஓவியத்தின் அடியில் அச்சிடப்பட்டுள்ள QR குறியீடுகளை, ஸ்மார்ட் போன் அல்லது டாப்லெட் கொண்டு ஸ்கேன் செய்தால், இந்தக் கதையை புரிந்துகொள்ள கூடுதல் உதவியாக இருக்கும். மஞ்சள் நிற QR குறியீடை ஸ்கேன் செய்தால், அது இணையத்தில் இன்ஃபெர்னோவின் இலவச மின்புத்தக பதிப்பிலிருக்கும் குறிப்பிட்ட பத்தியை படிக்கச் செய்யும். வெள்ளி நிற QR குறியீடை ஸ்கேன் செய்தால், அந்த ஓவியத்தை வெவ்வேறு அளவுகள் மற்றும் வெவ்வேறு ஊடக வடிவில் வாங்குவதற்கான வழியைக் காட்டும்.

இந்த சிக்கலான கதையை உங்களுக்கு புரிய வைக்க நான் மிகவும் கடினமாக உழைத்துள்ளேன். இதை செய்ய, நான் என்னையே, நரகத்தை 360 பாகையில் பார்க்கும்படி இருக்கும் ஒரு இடத்தில் வைத்துக்கொண்டு படைத்துள்ளேன். இப்போது நீங்களே நடுவராக இருந்து, நான் என் குறிக்கோளை சரியாக அடைந்துள்ளேனா என்று தீர்மானியுங்கள்.

நாம் நம் வாழ்கையின் இறந்த, நிகழ் மற்றும் எதிர்காலத்தை அறிந்து கொள்ள வேண்டுமென்று, டாண்டே அலிகேரி தன் தலைசிறந்த படைப்பான தெய்வீக நகைச்சுவையை எழுதினார். இந்த நீண்ட, அறிவுபுகட்டும் அனுபவத்தின் இறுதி கட்டத்தை அடையும் நான், டாண்டேவின் எண்ணத்தை உங்களுக்கு சரியாக காட்டி, நீங்கள் இந்த வாழ்கையின் நோக்கத்தை சரியாக புரிந்துகொள்ள உதவியிருப்பேன் என்று நம்புகிறேன்.

கடவுள் உங்களை ஆசிர்வதிப்பாராக!

Dino Di Durante

1300 ஏ.சி. - குமா, இத்தாலி

பாண்டே ஒரு இருண்ட காட்டில் தன்னைக் காண்கிறார்

மூன்றாவது காட்டு மிருகம்
டான்டேவின் பாதை ஒரு பெண் ஓநாயினால் தடுக்கப்படுகிறது

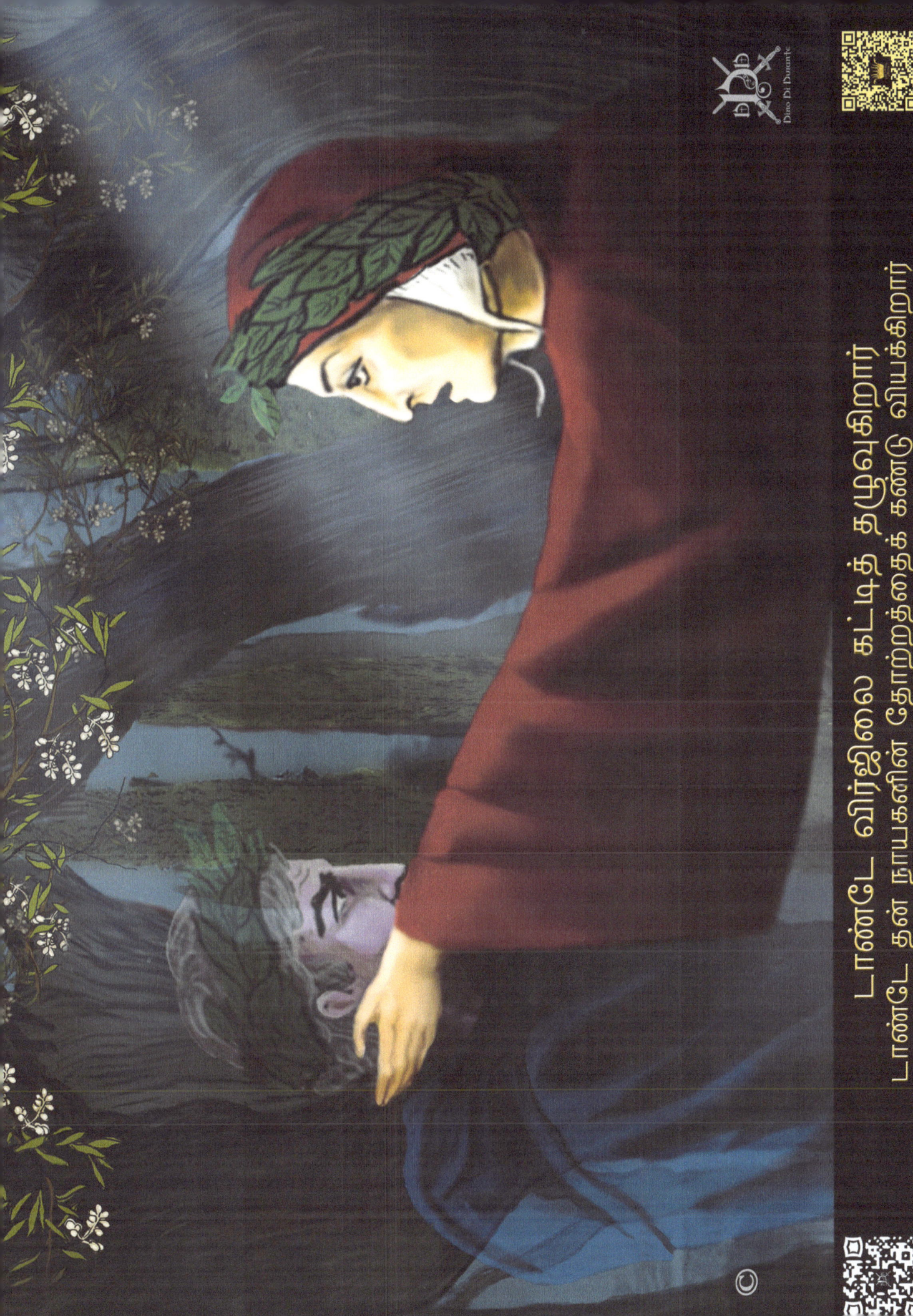

டாண்டே விர்ஜிலை கட்டித் தழுவுகிறார்
டாண்டே தன் நாயகனின் தோற்றத்தைக் கண்டு வியக்கிறார்

பியாதிரிசே புறநரகில் ஓரளவு உருவெடுக்கிறார்
விர்ஜில் பியாதிரிசேவிற்கு தலை வணங்குகிறார்

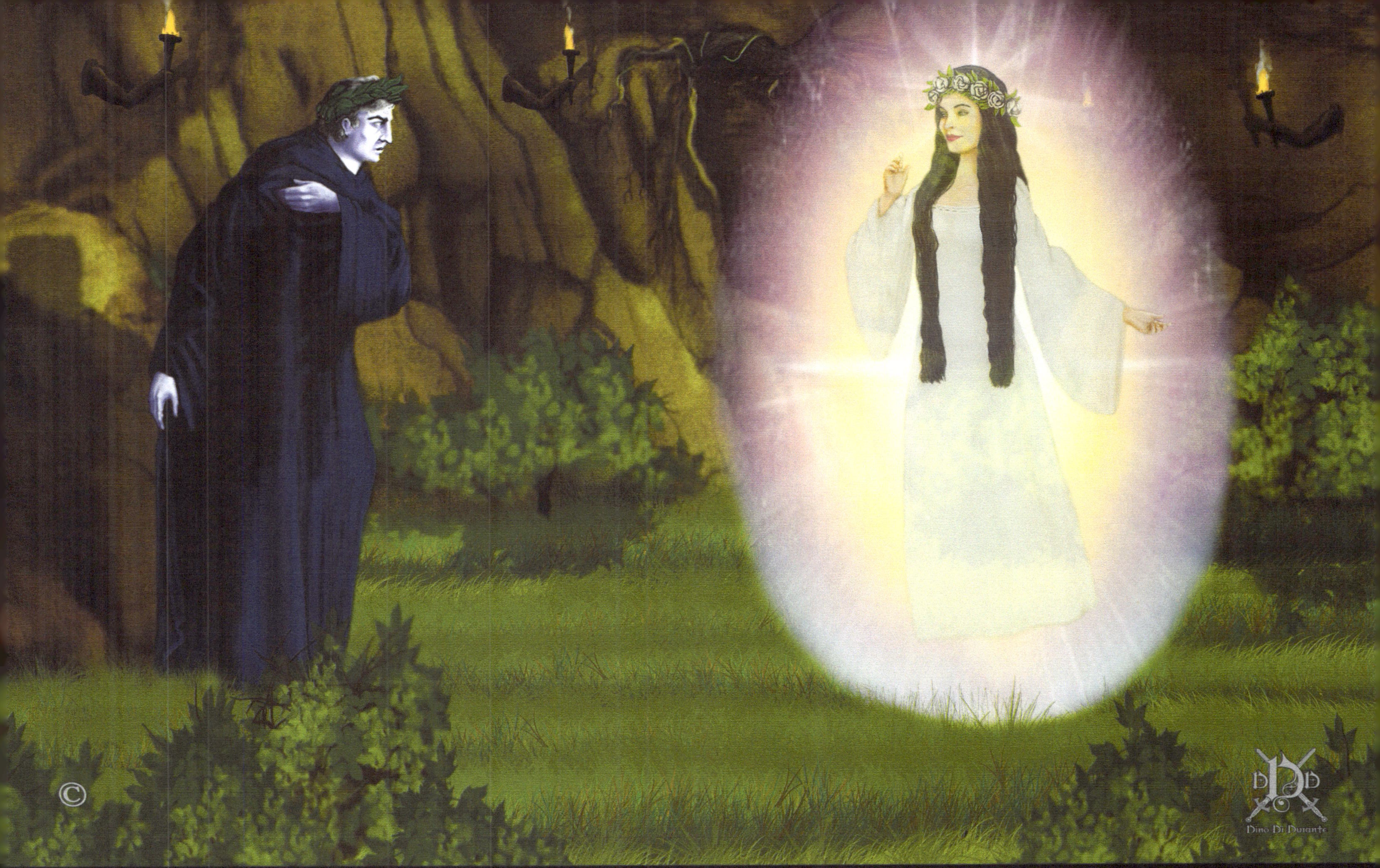

நரகத்தின் நுழைவாயில் - குமா, இத்தாலி

வார்ஜில் மற்றும் டான்டே, நரகத்தின் நுழைவாயிலை கீழே காண்கின்றனர்

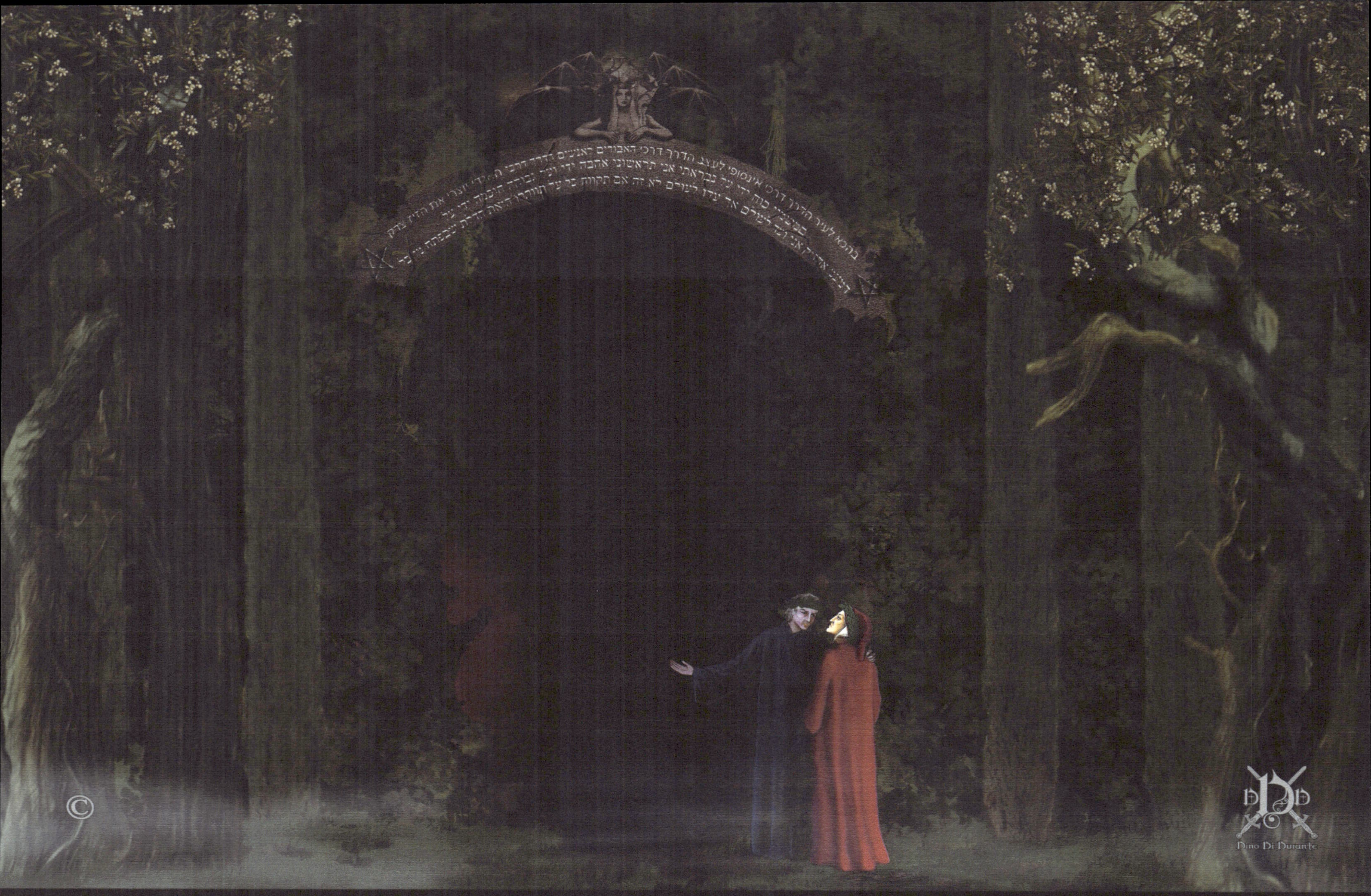

நரகத்தின் வாயில்

அதன் நுளைவாயில் மேல் ஹீப்ருவிலுள்ள குறியாக்கம்: "என்வழியாக ..."

நாகத்திற்குள் செல்லும் குகை
டாண்டேவும் விர்ஜிலும் வலியேன் நாகத்தை நோக்கி நடக்கின்றனர்

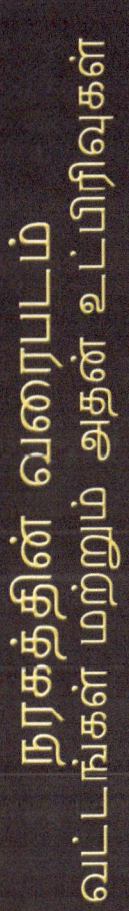

நரகத்தின் வரைபடம்
9 வட்டங்கள் மற்றும் அதன் உட்பிரிவுகள்

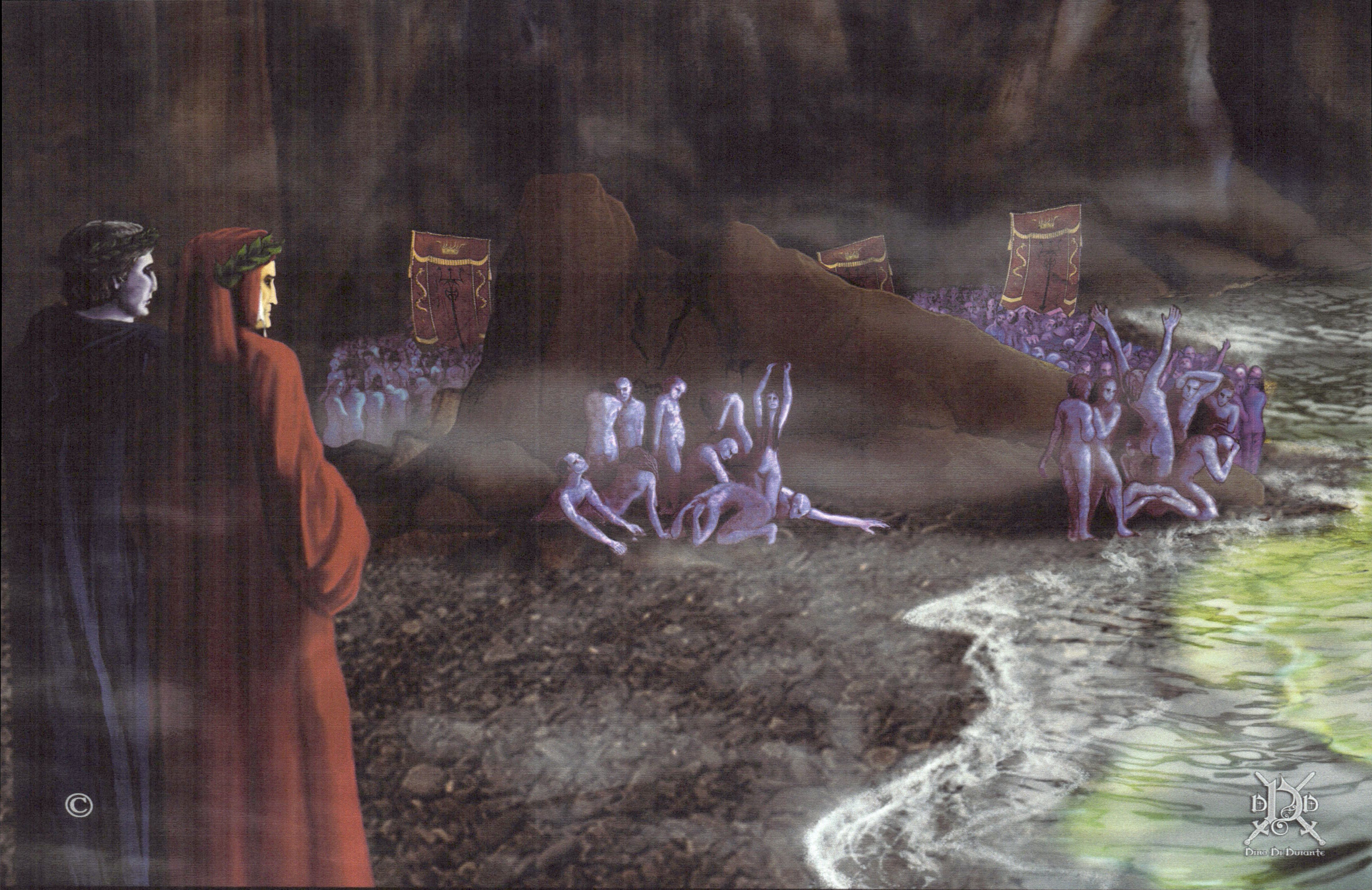

சோம்பேறிகள் மற்றும் வந்தடையும் பாவிகள்
ஆகெரான் ஆற்றைக் கடக்க காத்திருக்கின்றனர்

கேரன் - எரியும் கண்கள் கொண்ட அரக்கன்

பாவிகளை மறுகரை ஏற்றிச் செல்ல வந்தடைகிறது கேரன்

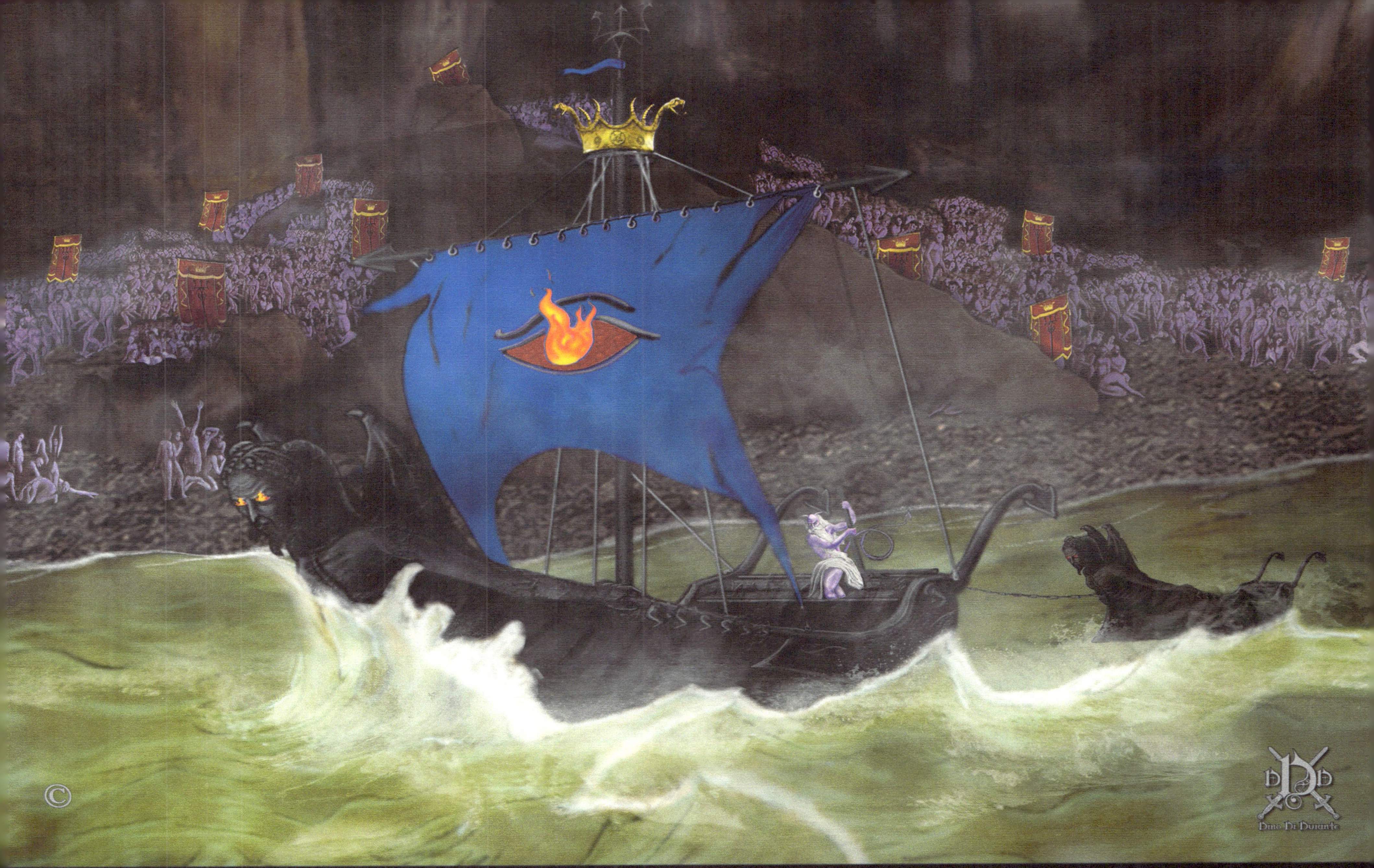

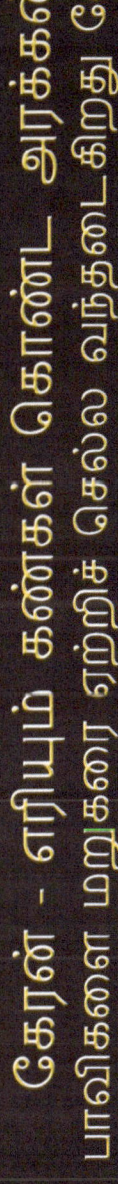

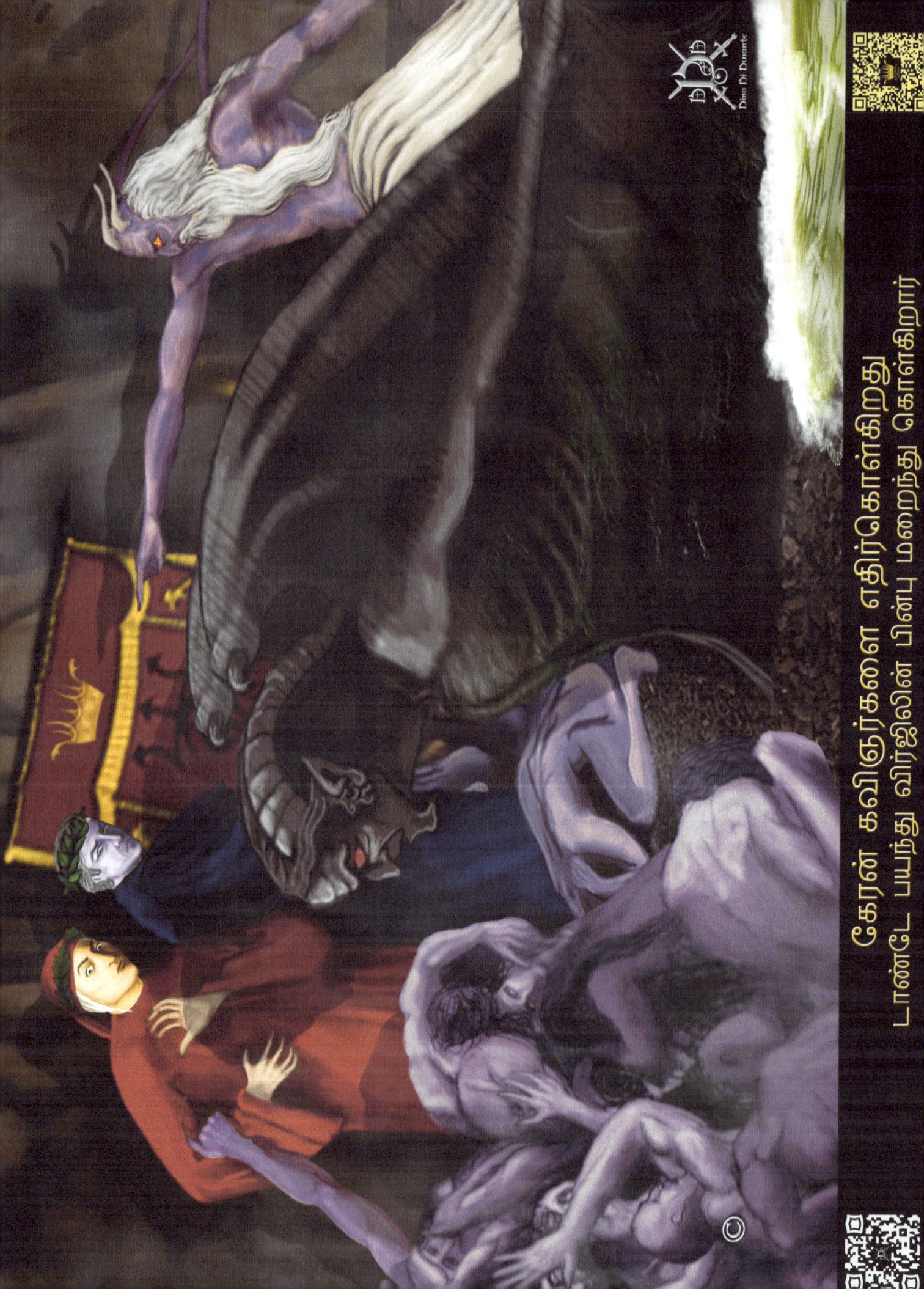

கேரன் கவிஞர்களை எதிர்கொள்கிறது
டாண்டே பயந்து விர்ஜிலின் பின்பு மறைந்து கொள்கிறார்

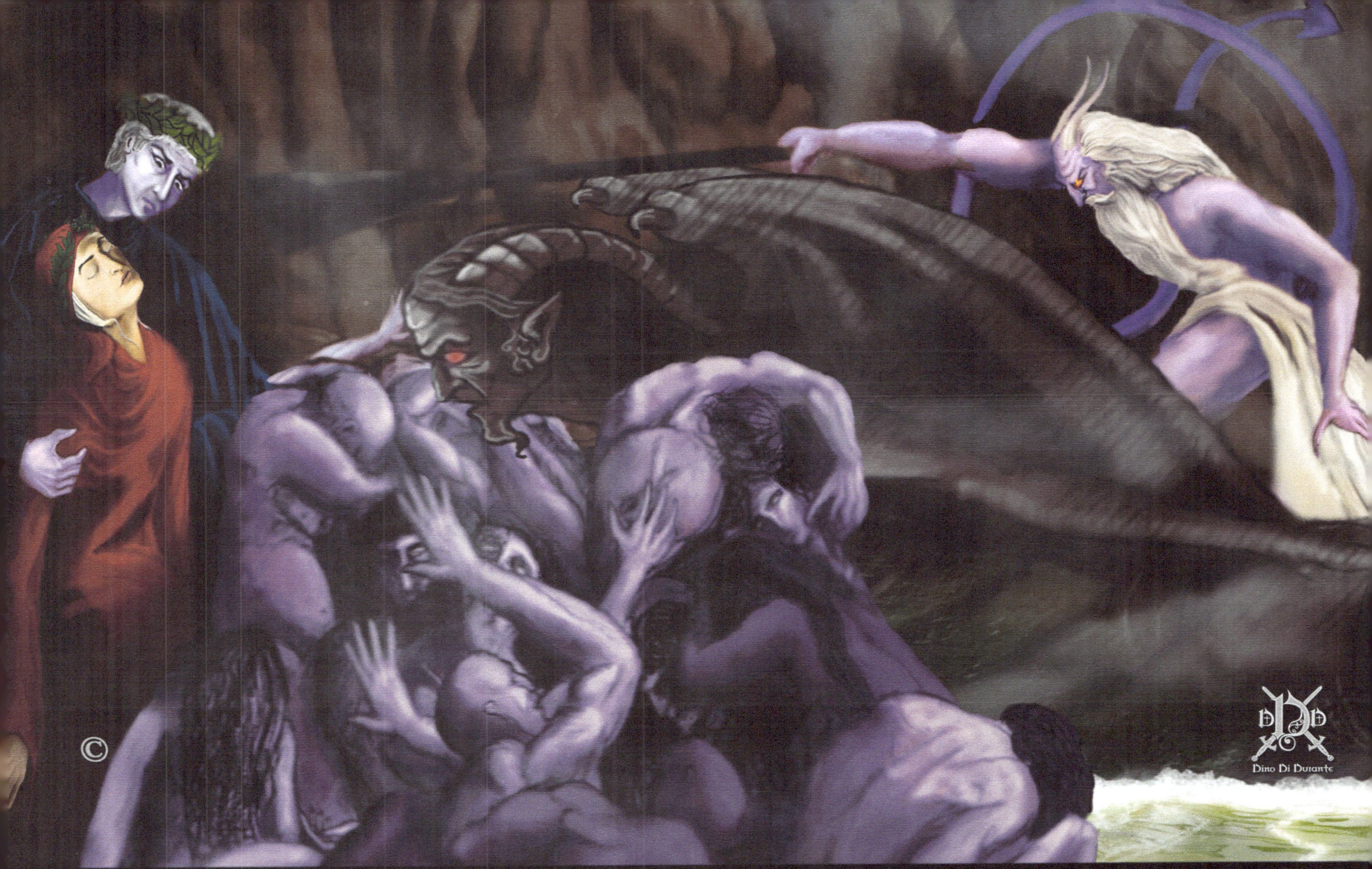

டாண்டே மயங்குகிறார்

கேரன் அடித்துத் துவைப்பதனால் பாவிகளுக்கு ஏற்படும் வலியை, டாண்டேவினால் காண

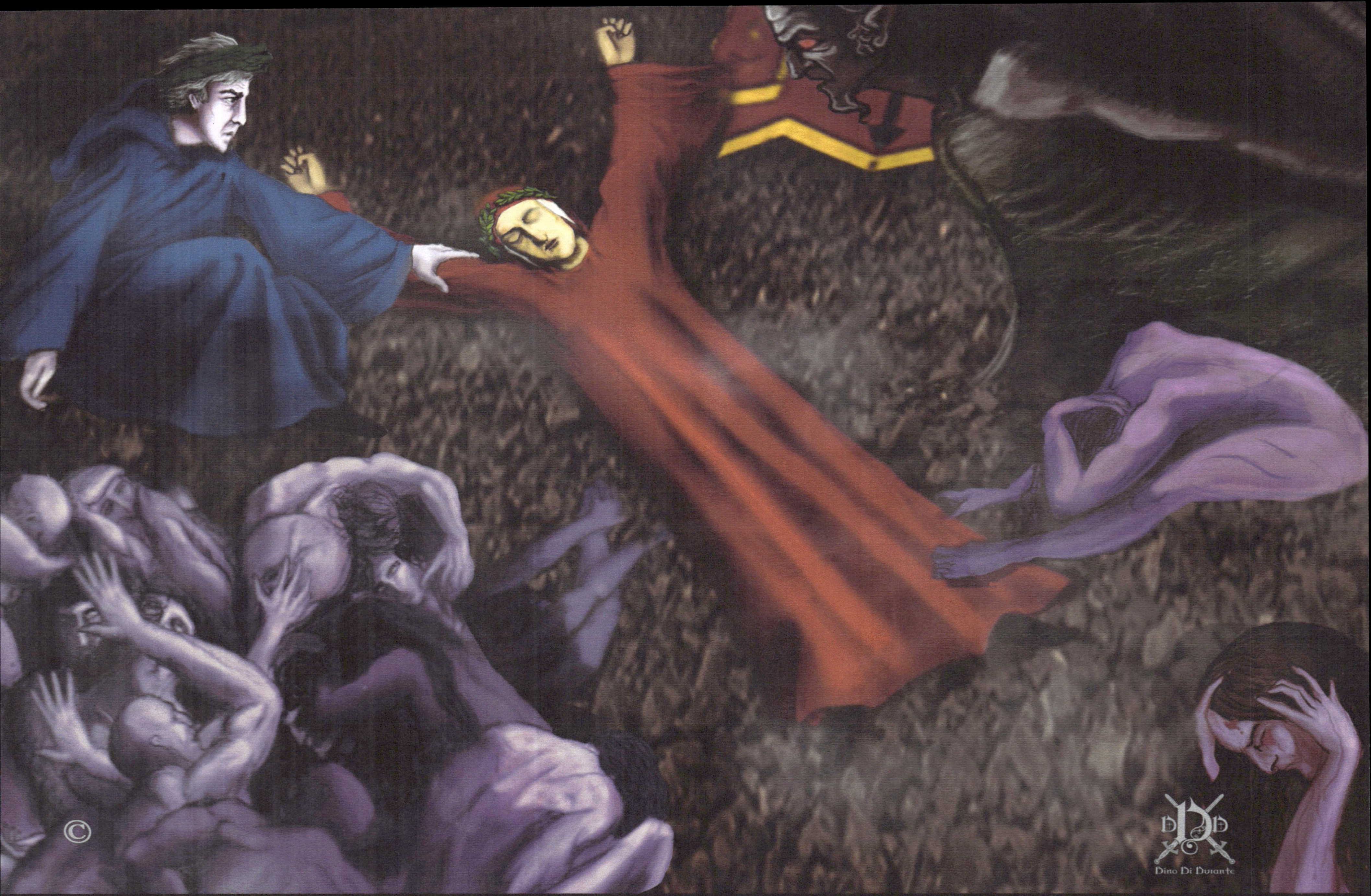

டாண்டே கீழே விழுகிறார்
அவரை சுற்றி பாவிகள் இருக்கின்றனர், விர்ஜில் அவருக்கு உதவுகிறார்

ஆகெரான் ஆற்றைக் கடக்கிறார்கள்

கேரன், பாவிகளுடன் டாண்டேவையும் விர்ஜிலையும் மறுகரைக்கு கொண்டு சேர்க்கிறது

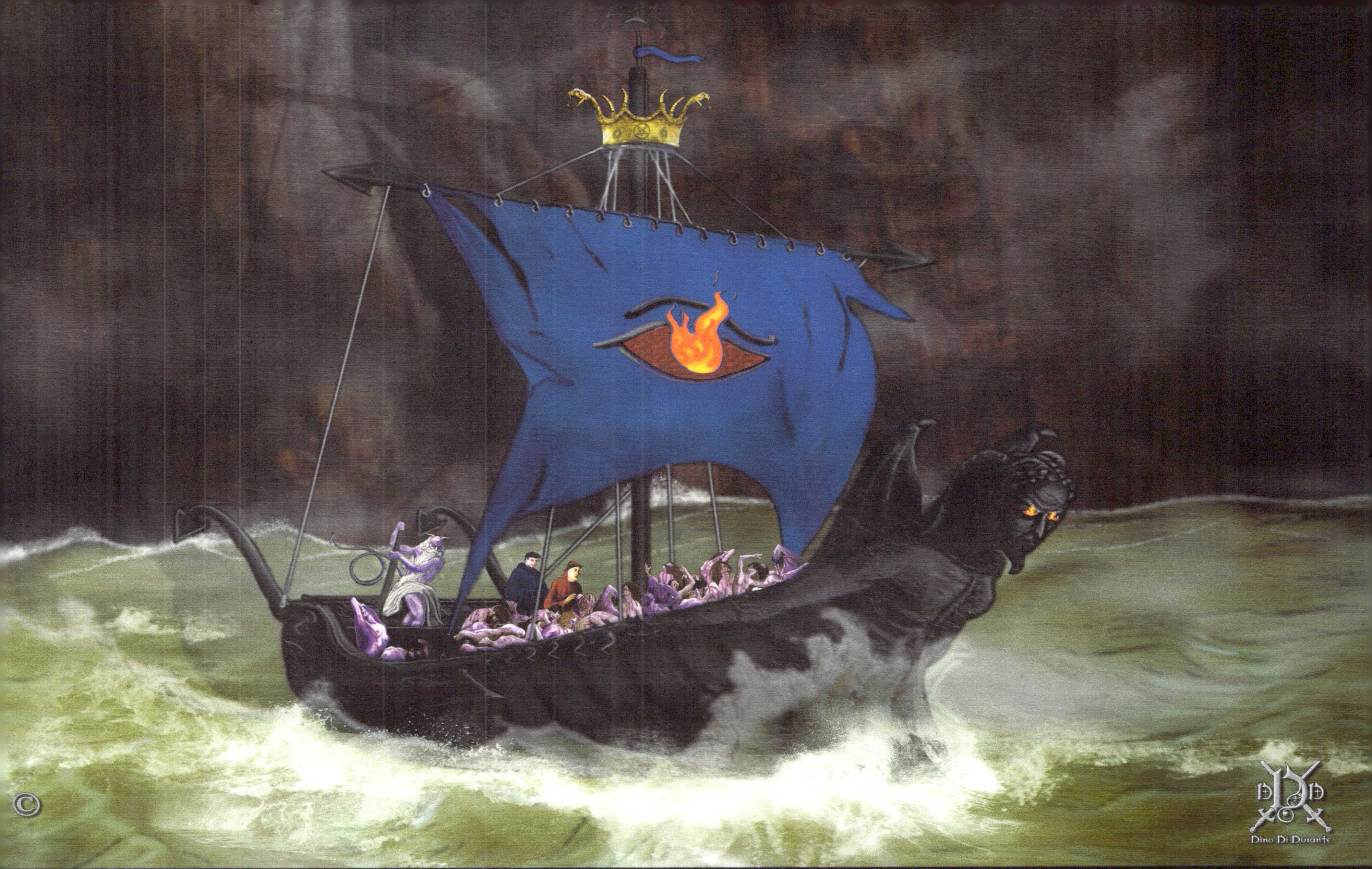

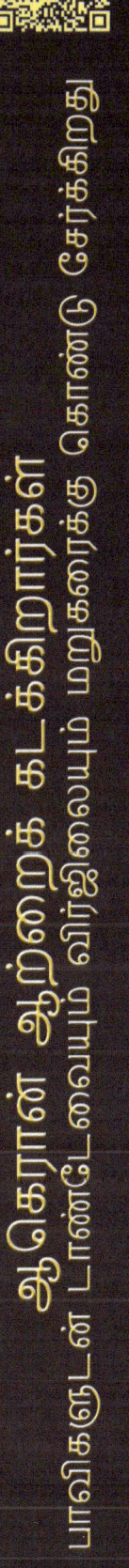

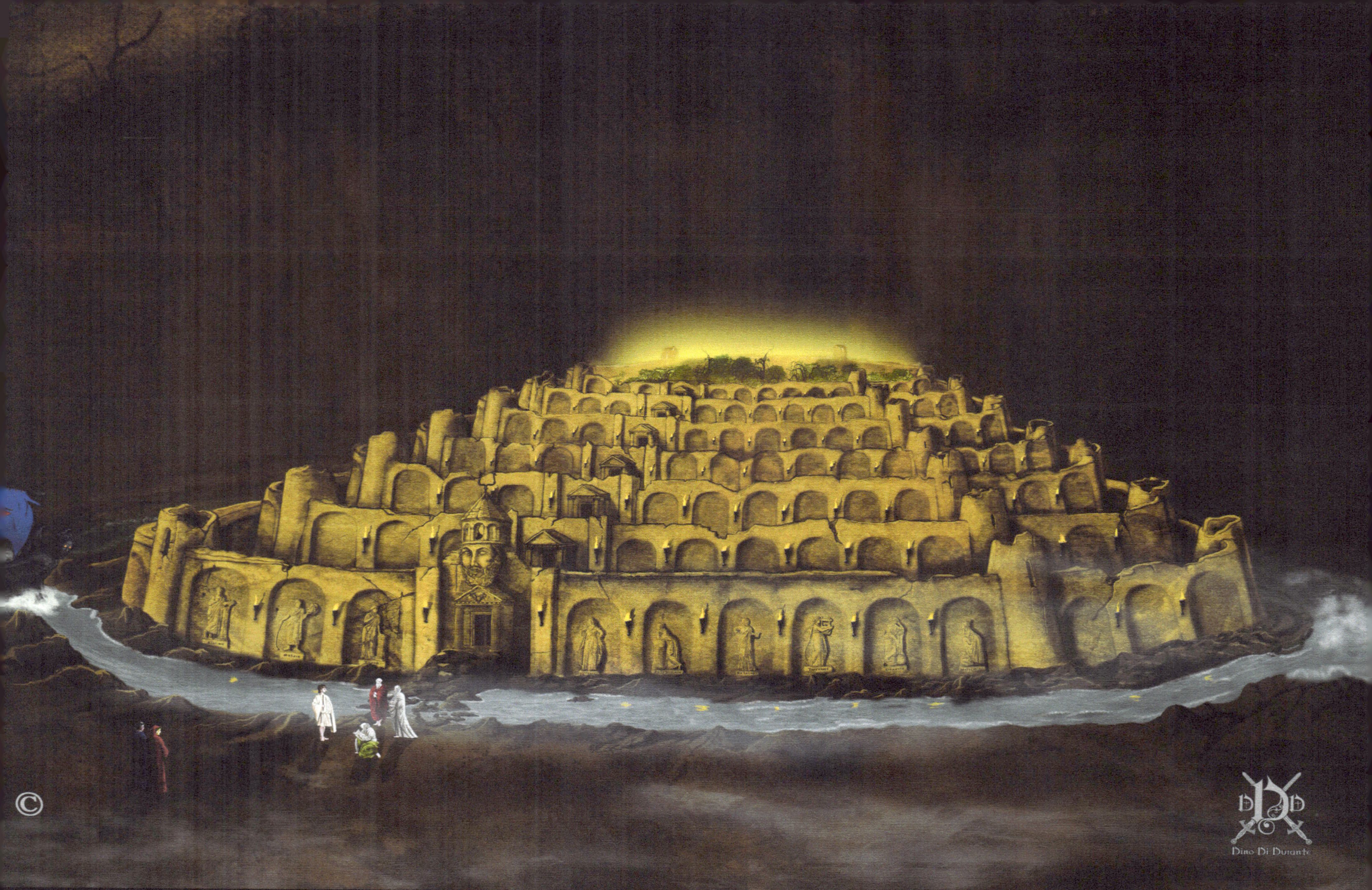

முதல் வட்டம்

டாண்டேவும் விர்ஜிலும் ஏழு சுவர் கோட்டையை வந்தடைகின்றனர்

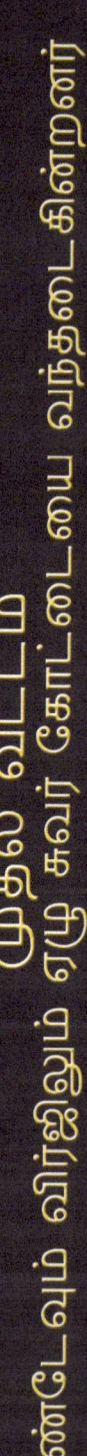

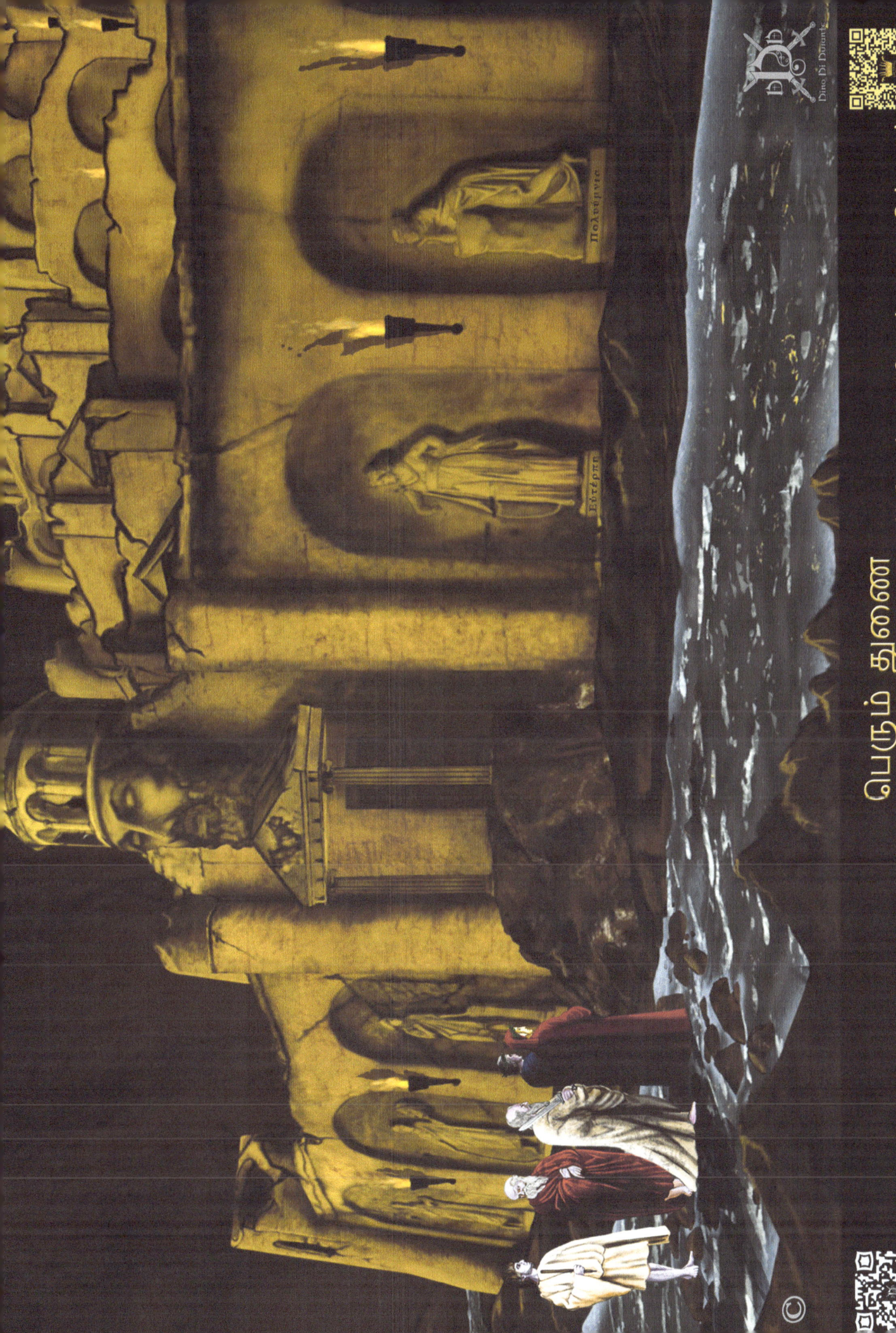

பெரும் துணை

டாண்டேவும் விர்ஜிலும், ஹோமர் மற்றும் பிற கவிஞர்களுடன் கோட்டையினுள் நுழைகின்றனர்

ஏழு சுவர்கள் வழியாக
டாண்டேவும் விர்ஜிலும் கோட்டையின் மத்தியை அடைகின்றனர்

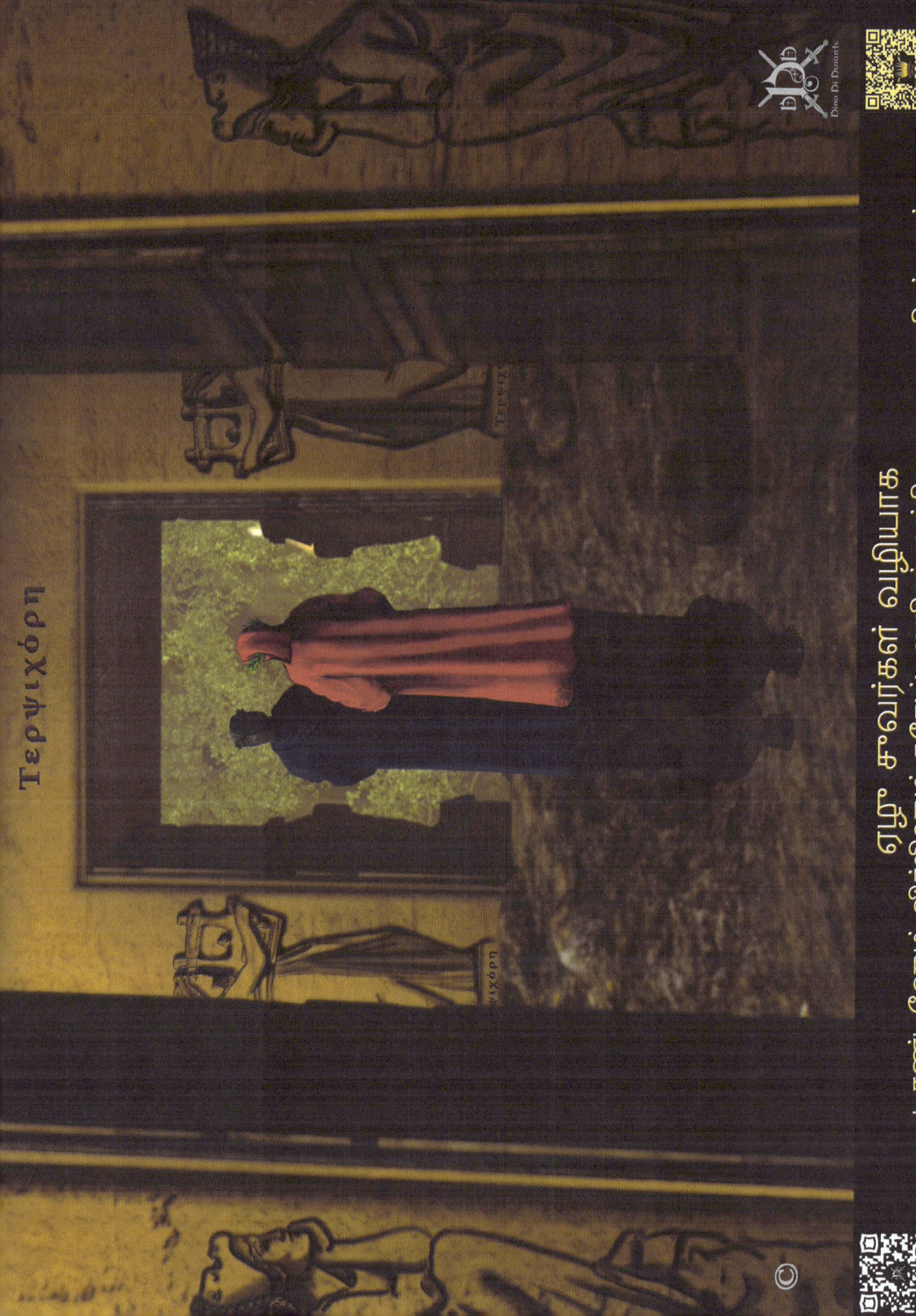

புறநரகில் பெரும் ஆத்துமாக்கள்

டாண்டேவும் விர்ஜிலும், சாக்ர்டிஸ், ஜூலியஸ் சீசர், அரிஸ்டாட்டில் ஆகியோரைக் காண்கின்றனர்

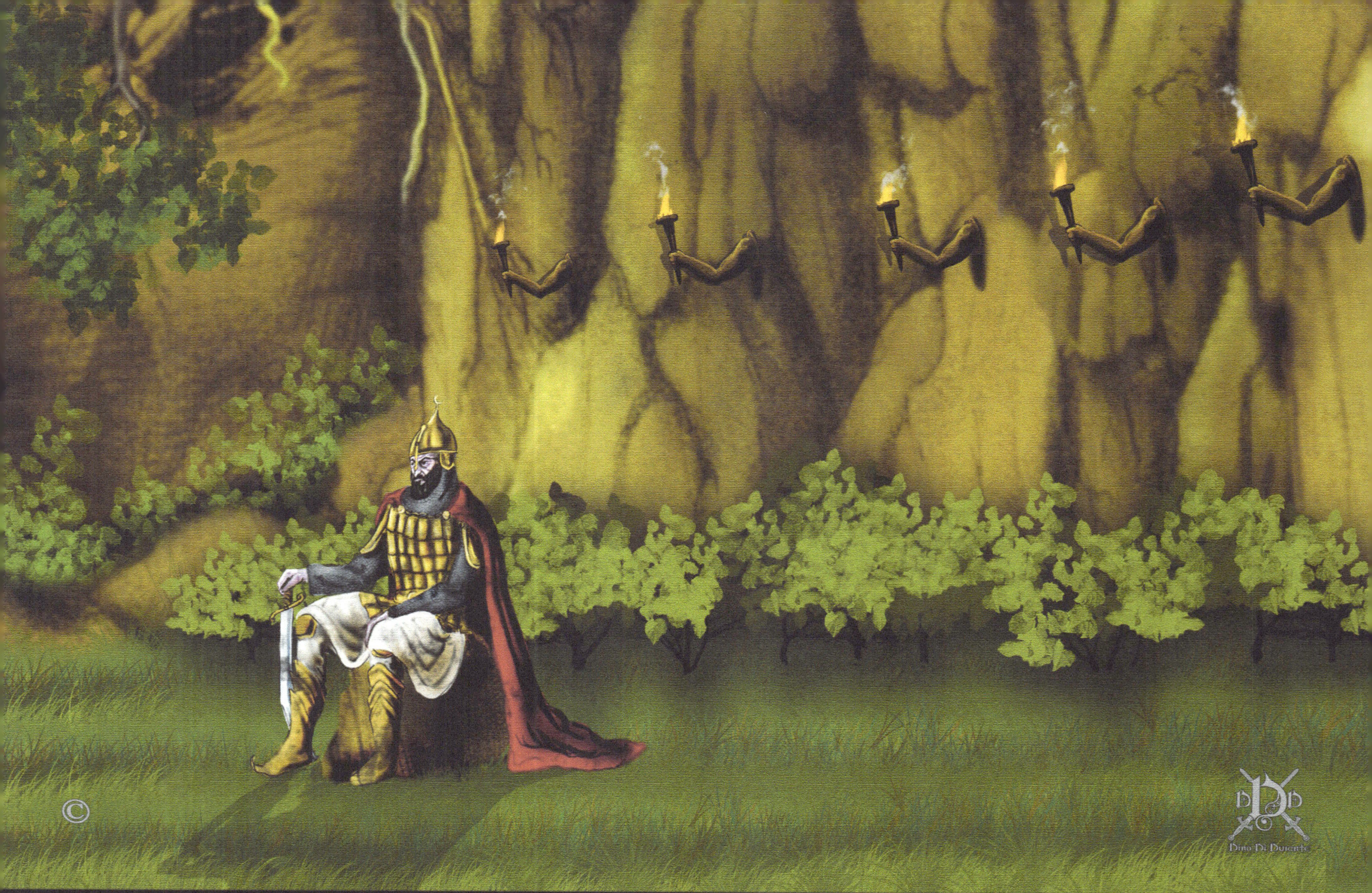

வெற்றிவீரன்

அறப்போர் வீரர்களுக்கு மன்னிப்பளித்த பெரும் தளபதி

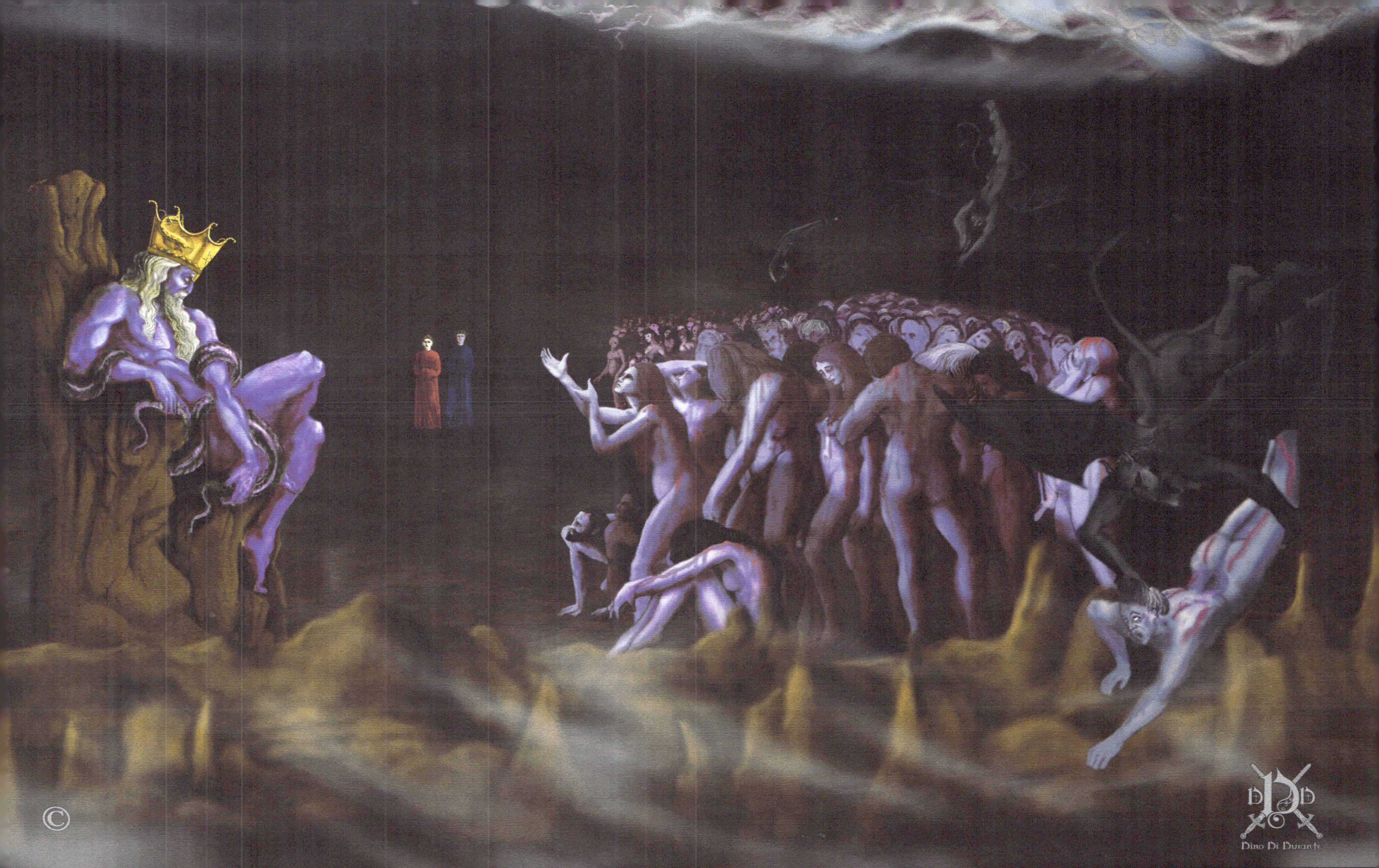

மினோஸ் - நரகத்தின் நீதிபதி

வரும் பாவிகள் பரிசீலிக்கப்பட்டு, தங்களுக்கு ஒதுக்கப்பட்ட வட்டத்திற்கு அனுப்பப்படுகிறார்கள்

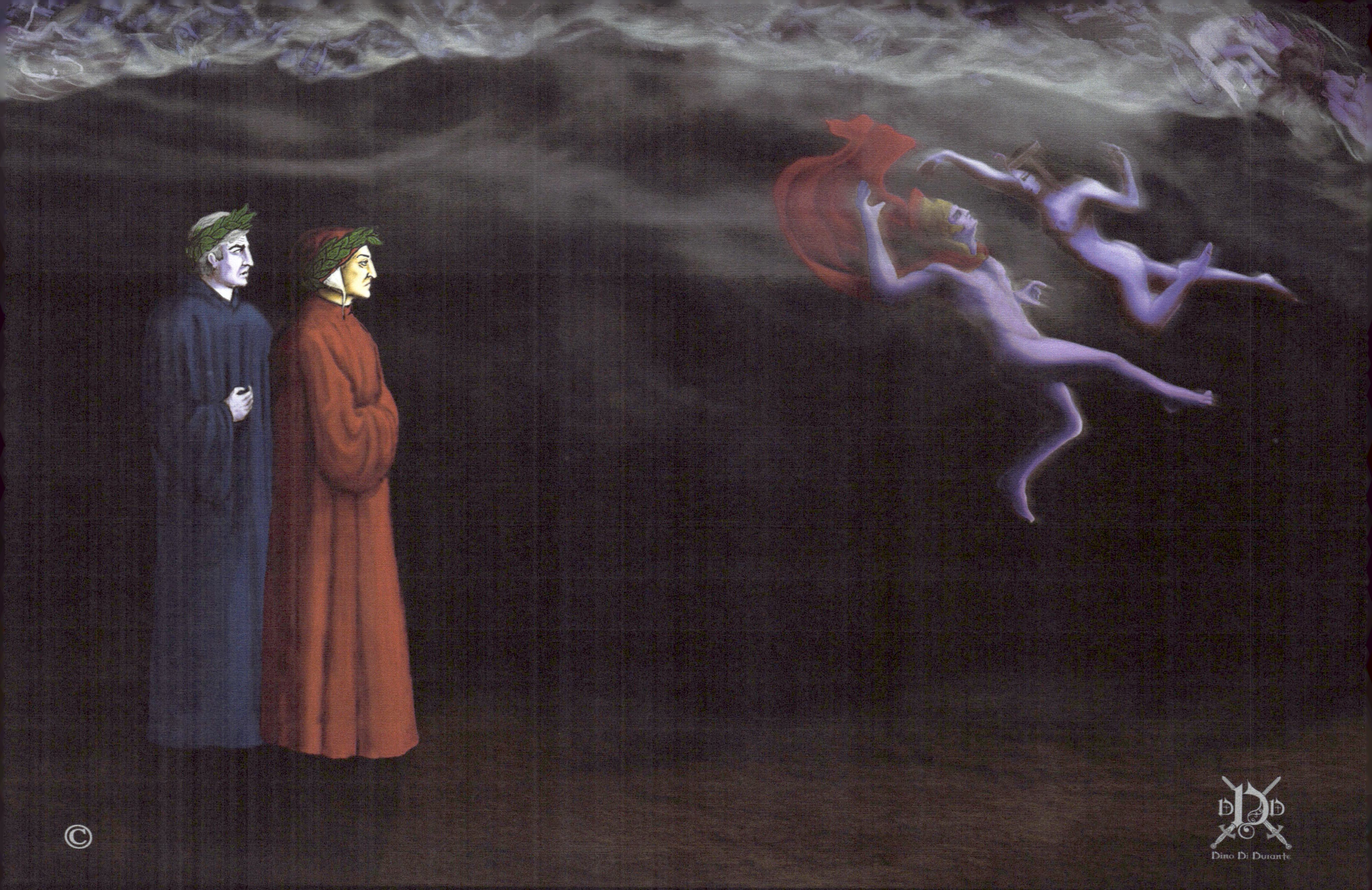

இரண்டாவது வட்டம் - காமம் நிறைந்துள்ள
கிளியோபாட்ரா மற்றும் மார்க் அந்தோணி

மூன்றாம் வட்டம் - சாப்பாட்டு ராமன்கள்

கெற்செவரோஸ் அவைதியவைபட அதன் மீது விர்ஜிஸ் மண்ணை நெக்கிறார்

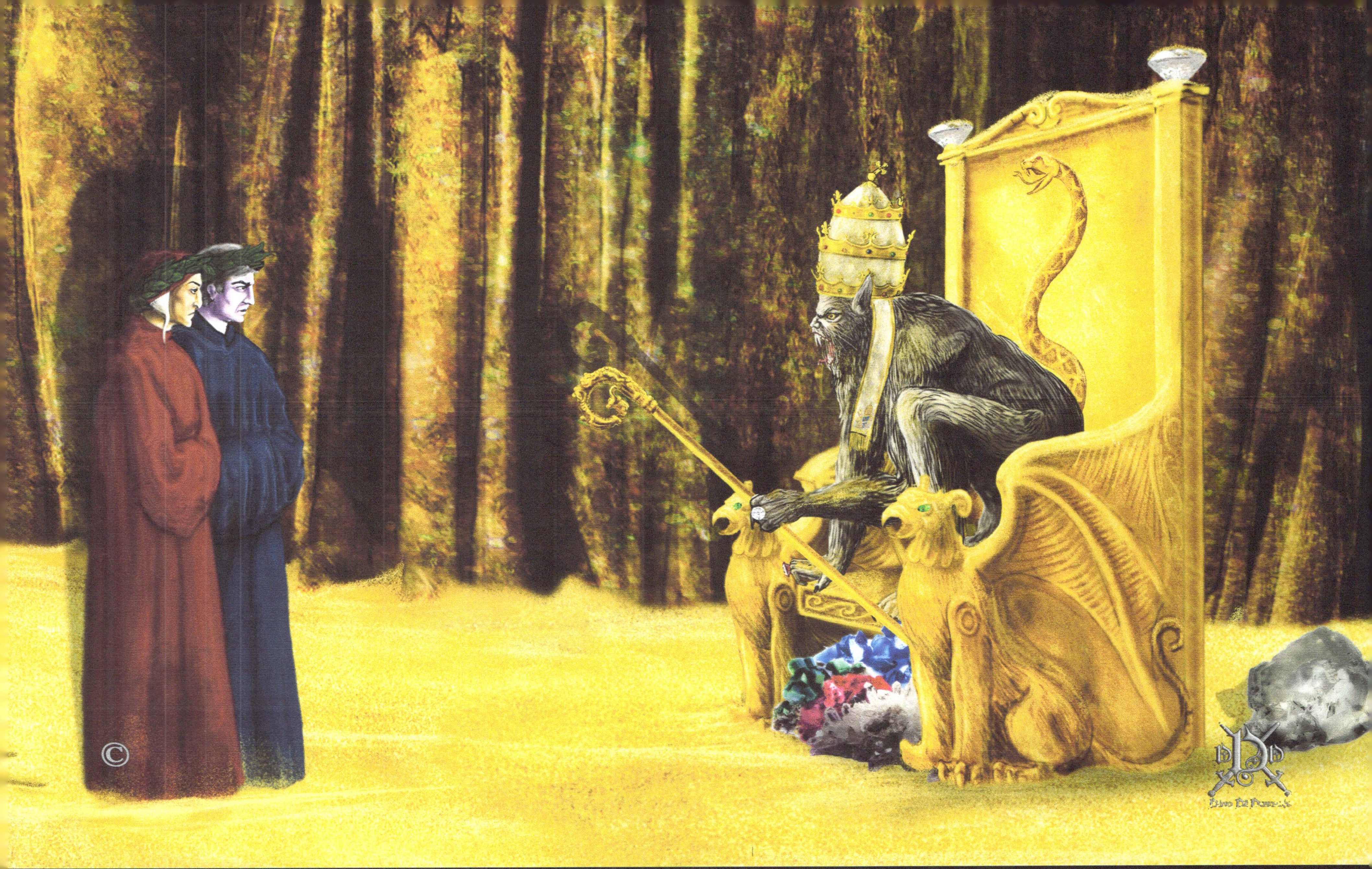

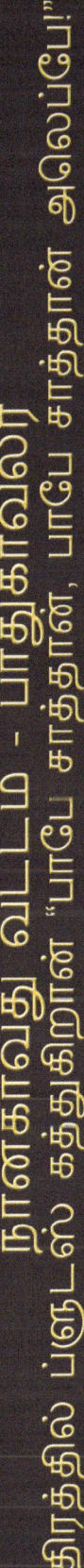

நான்காவது வட்டம் - பாதுகாவலர்
ஆத்திரத்தில் ப்ளூடஸ் கத்துகிறான் “பாபே சாத்தான், பாபே சாத்தான் அலெப்பே!”

மஜா வட்டம் - பேராசைக்காரர்கள் மற்றும் ஊதாரிகள்
பாவிகள் ஒருவருடன் ஒருவர் சண்டையிட்டு திரும்புகின்றனர்

ஐந்தாவது வட்டம் - சீற்றம் கொண்ட வர்கள் மற்றும் சுட்டெடுப்பாளவர்கள்

ஸ்டிக்ஸ் ஆற்றை டாண்டெடவும் விரஜிலும் கடக்க, ப்ளெஜியாஸ் உதவுகிறது

டீஸ் நகரத்தின் நுழைவாயிலைல் பிசாசுகள் மனைதன்
டாண்டே, இறைவனின் பணிக்காக வந்திருப்பதாக வார்த்திடுகிறார்

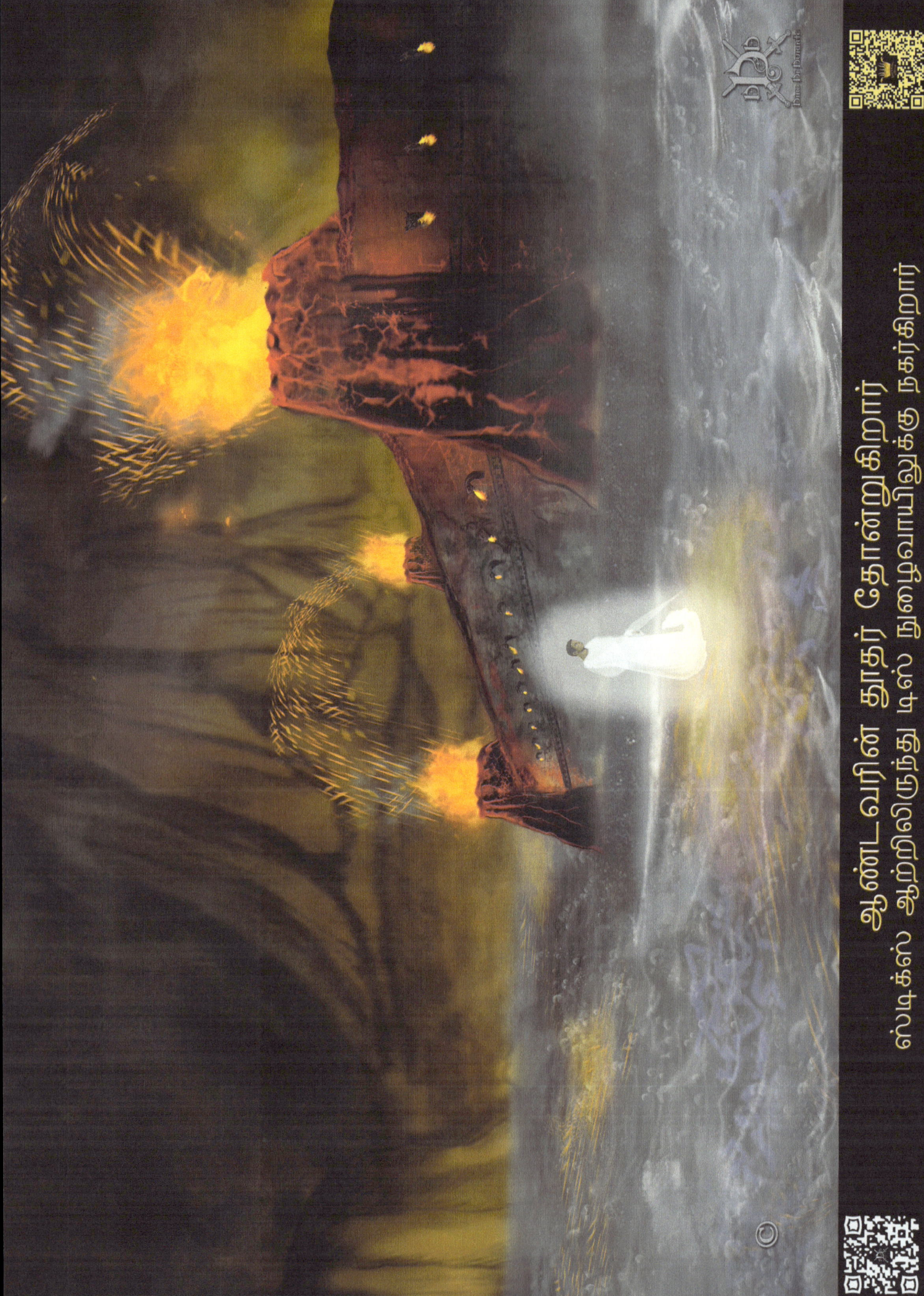

ஆண்டவரின் தூதர் தோன்றுகிறார்
ஸ்டிக்ஸ் ஆற்றிலிருந்து டிஸ் நுழைவாயிலுக்கு நகர்கிறார்

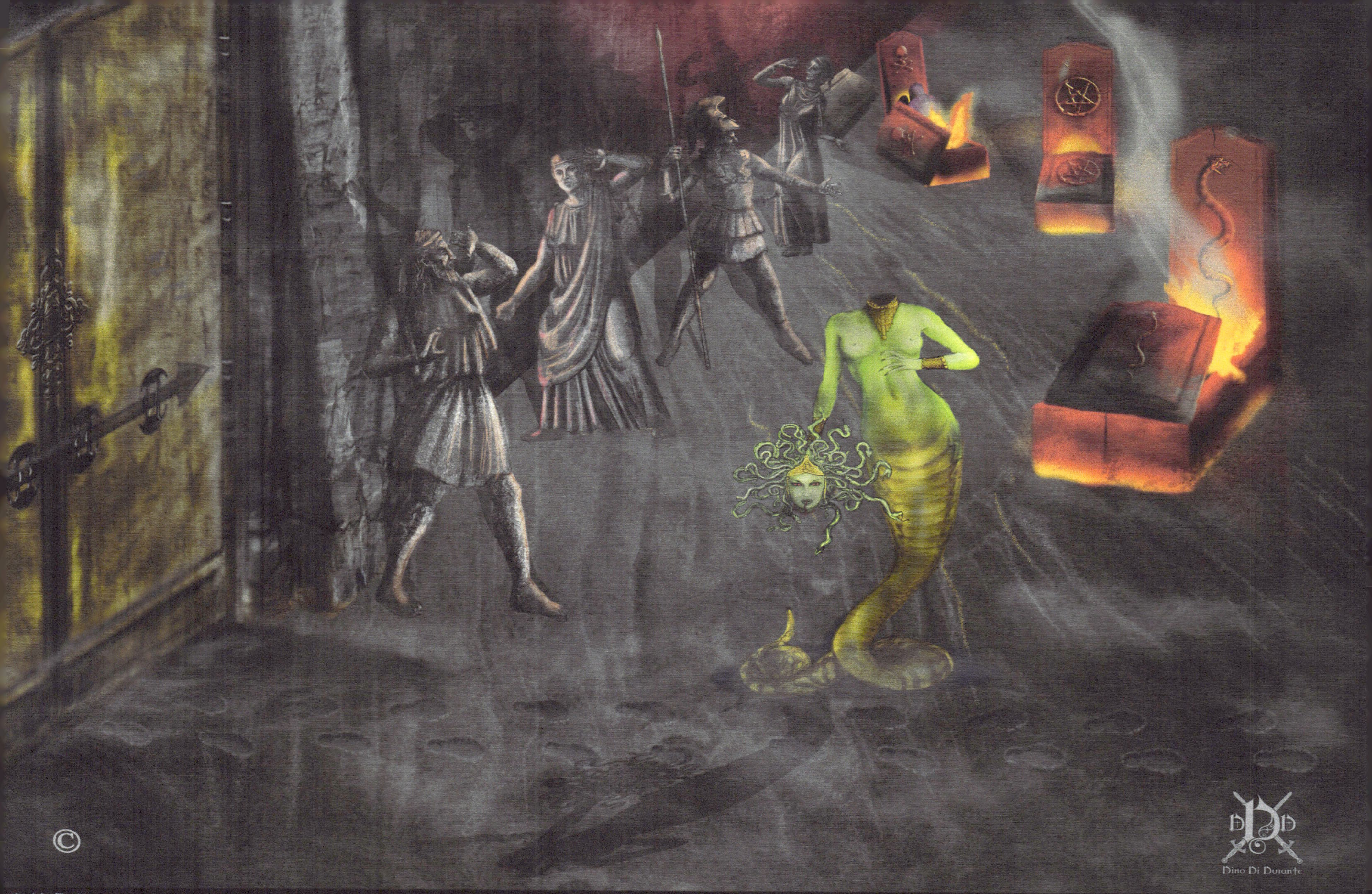

மெடுசா மற்றும் அவளின் இறுதி பலியாள்

கல்லான பாலிடெக்டஸ் மற்றும் அவரின் அதிபர்களின் உடல்கள்

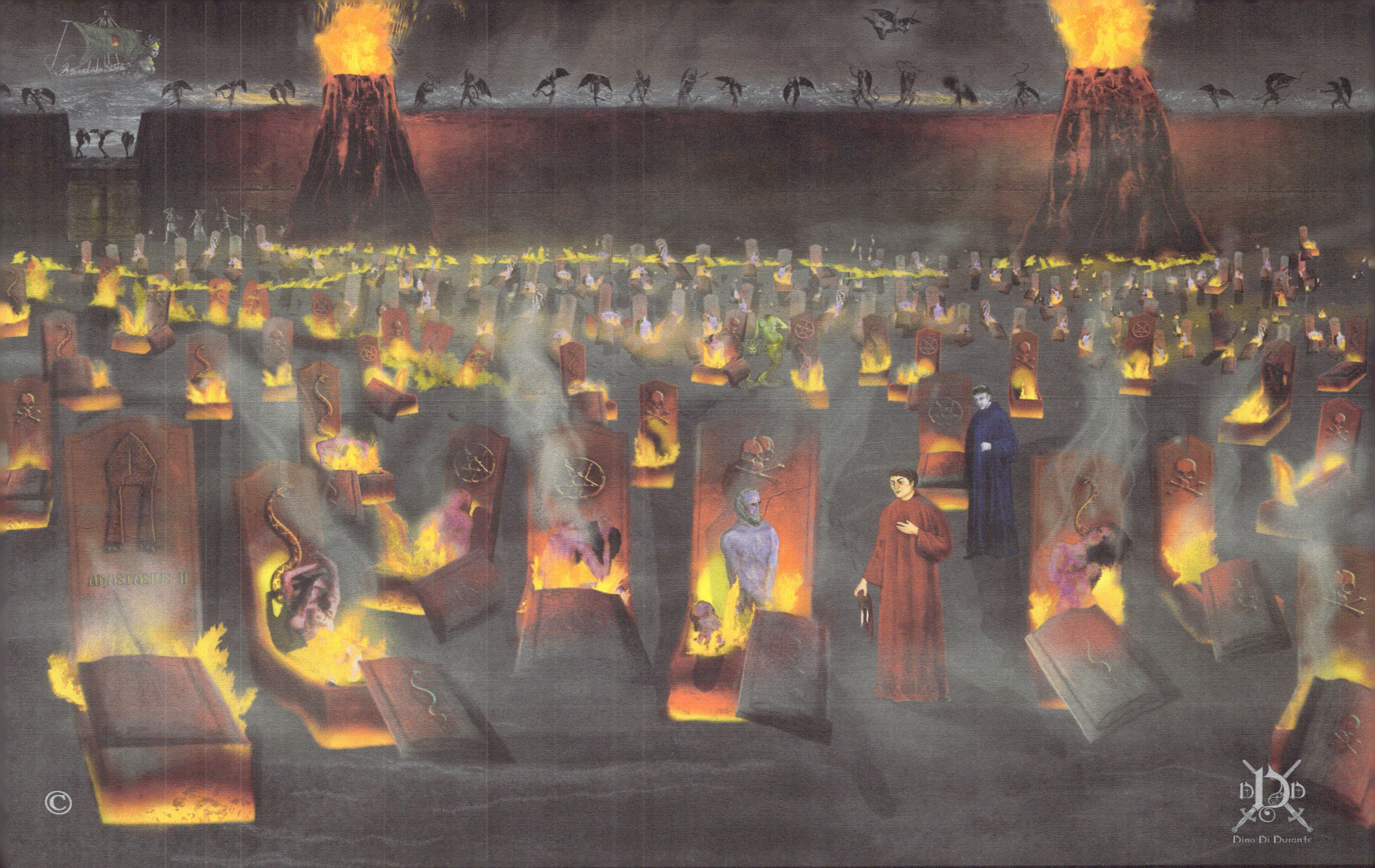

ஆறாவது வட்டம் - குருட்டு நம்பிக்கையாளர்கள்
∴பாரினதா மற்றும் காவல்காந்தியுடன் டாண்டே பேசுகிறார்

ஏழாவது வட்டம் - வன்முறையாளர்களின் பாதுகாவலர்

அரைமனித அரைகாளை உருவம் நிலச்சரிவில் இறங்கி வரும் டாண்டேவை மிரட்டுகிறது

ஏழாவது வட்டம்: நிலச்சரிவு

டாண்டேவும் விர்ஜிலும் கீழே இறங்குகிறார்கள், சிரோனையும் நெசஸையும் சந்திக்கிறார்கள்

ஏழாவது வட்டம்: முதல் வளையம் - கொதிக்கும் ரத்தத்தில் கொலையாளிகள்

விர்ஜில் காற்றில் எழுகிறார். நெசஸ் டாண்டேவிற்கு, ஃபிலெகிதான் ஆற்றைக் கடக்க உதவுகிறது

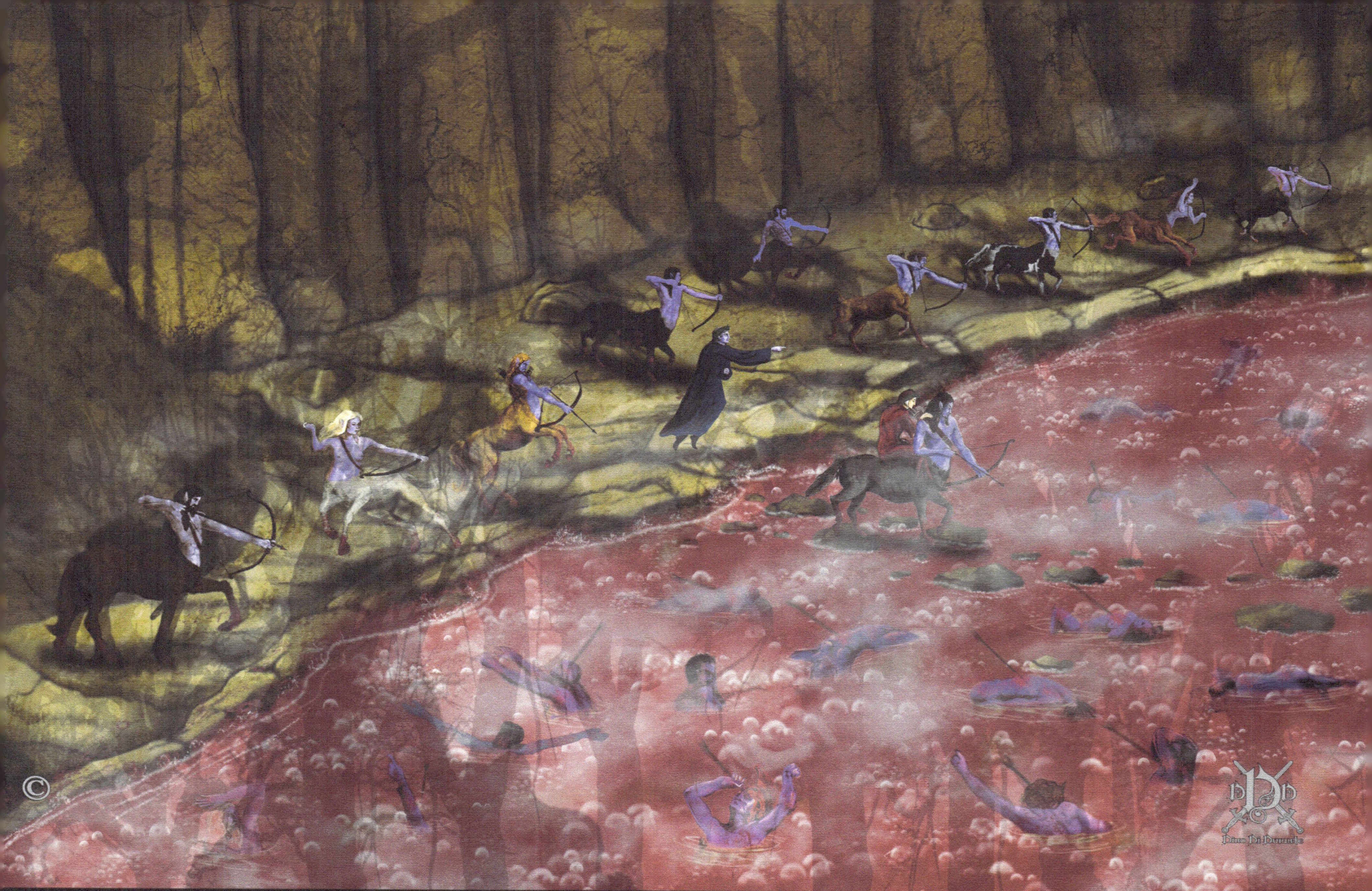

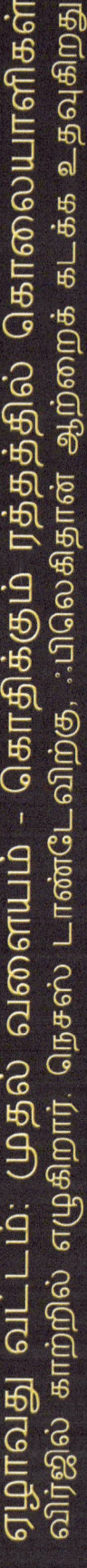

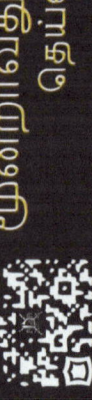

பூண்டாவது வளையம் - வன்முறையாளர்கள் நெருப்பு மழையின் கீழ் இருக்கின்றனர்

மழையாளர்கள் நெருப்பு மழையின் கீழ் இருக்கின்றனர் தெய்வவதிகை பழித்தவர்கள், ஓரூபால் சோர்க்கையாளர் மற்றும் கந்து வட்டிக்காரர்கள்

செங்குத்துப் பாறை

எட்டாவது வட்டம், மற்றும் கீழே ஒன்பதாவது வட்டம்

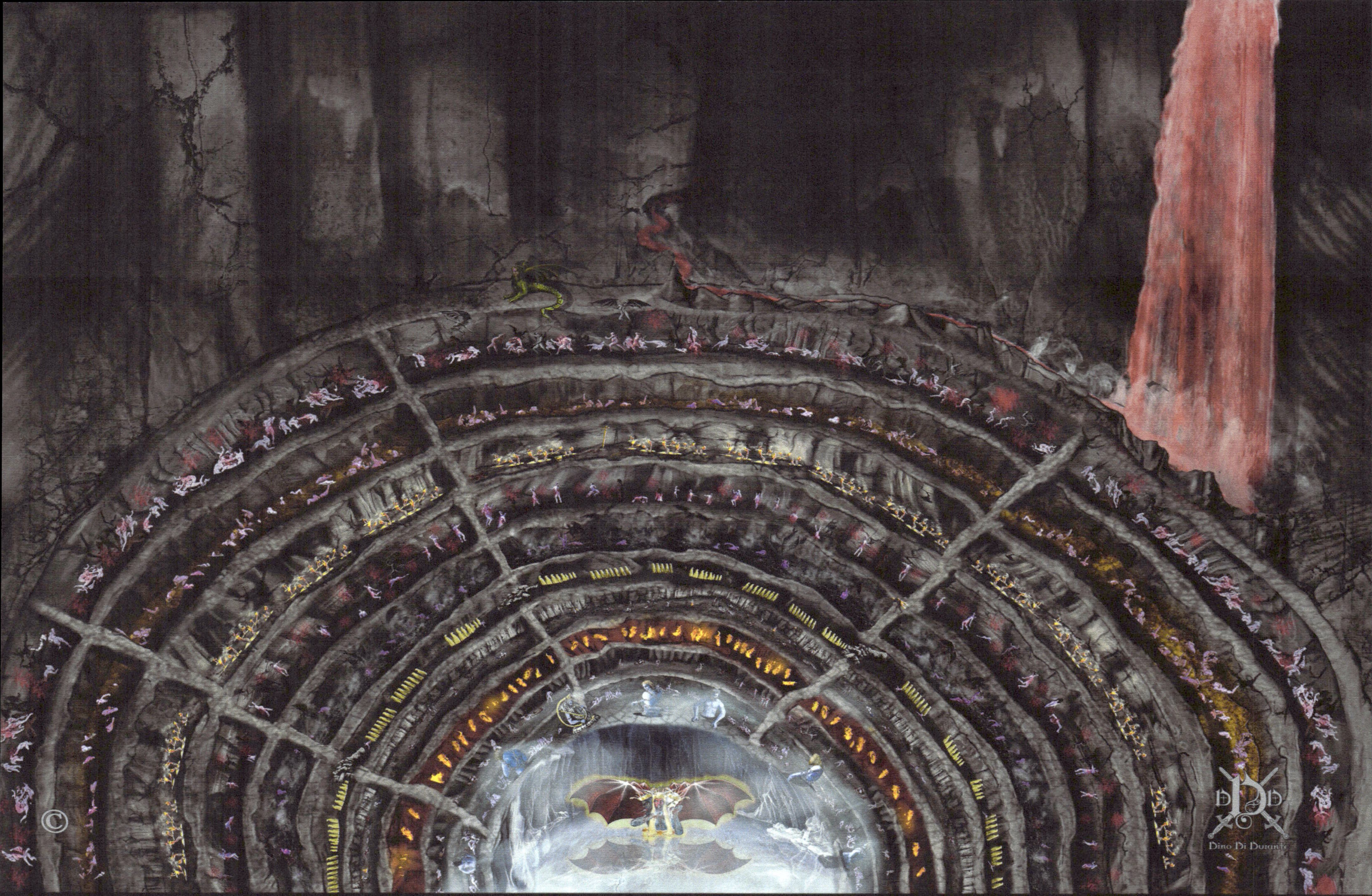

எட்டாவது வட்டம், மடேல்போஜ், மகோசல்யோனார்கள் - பிளவு 1

சமூகத்திற்காக தீமைகளைகொடுப்போர் மற்றும் கலகப்பிரிவுகளுக்கு, அரக்கர்களால் சாட்டை அடி கொடுக்கப்படுகிறது

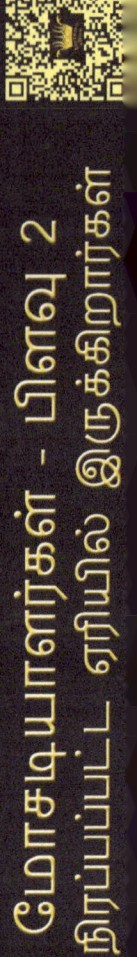

எட்டாவது வட்டம், மேல்போடம், மோசடியாளர்கள், மோசடியாளர்கள் – பிளவு 2
போலிப்புகழ்ச்சி செய்வோர் கழிவிளால் திரைப்பப்பார் ஏரியில் இருக்கிறார்கள்

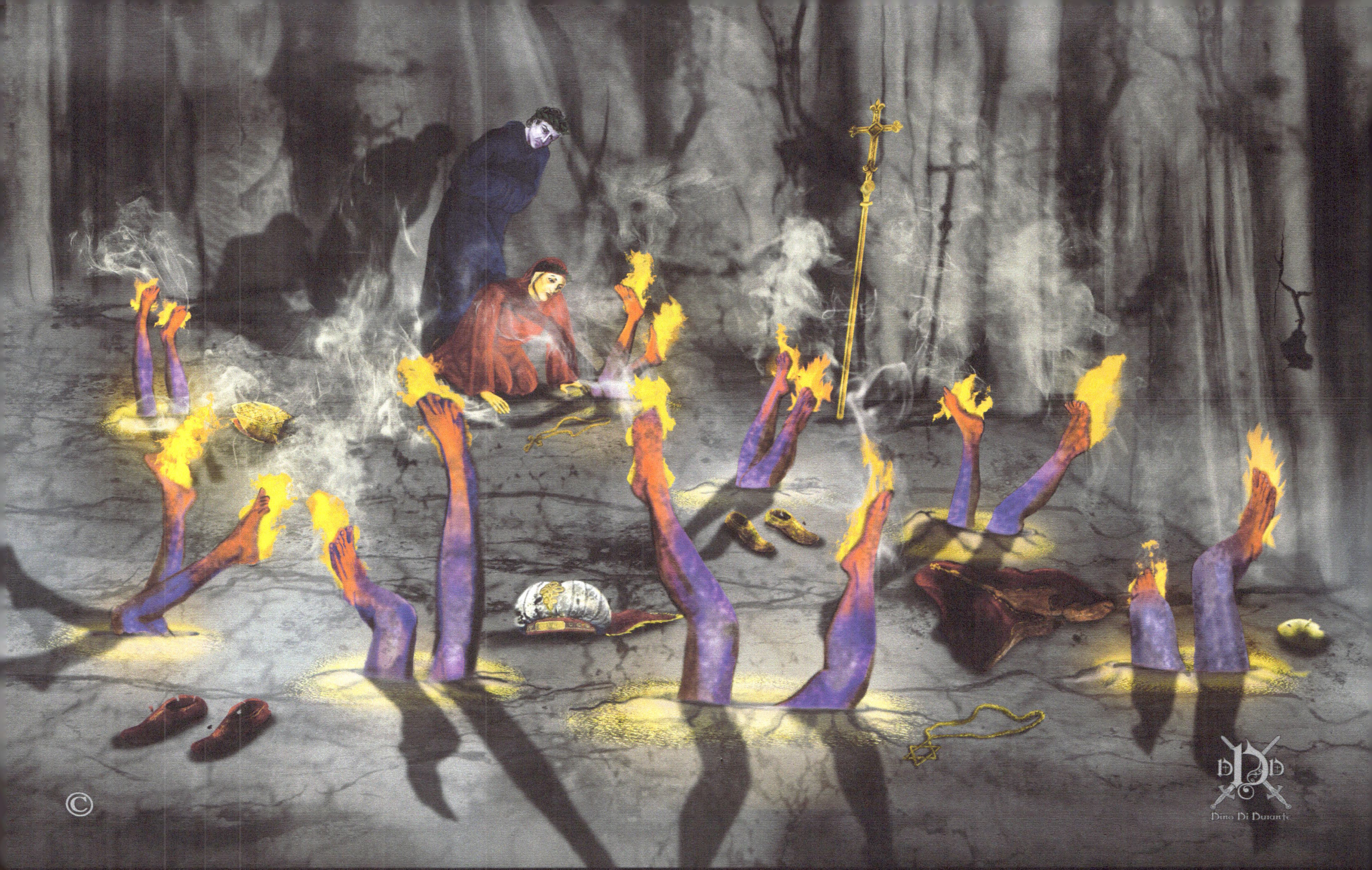

எட்டாவது வட்டம், மேல்போஜ: மோசடியாளர்கள் - பிளவு 3

கோயில் மானியங்களை பேரம் பேசுவோர் துவாரத்தினுள் கவிழ்க்கப்பட்டு, அவர்கள் பாதத்தில் நெருப்பிடப்படுகிறது

எட்டாவது வட்டம், மேல்போது, மோசடியாளர்கள் – பிளவு 4
மந்திரவாதிகள், ஜோதிடர்கள் மற்றும் போலி தீர்க்கதரிசிகள்

எட்டாவது வட்டம், மேல்போஜ், மோசடியாளர்கள் - பிளவு 5

தீராவழக்காடி: எரியும் தார் ஏரியில் ஊழல் அரசியல்வாதிகள்

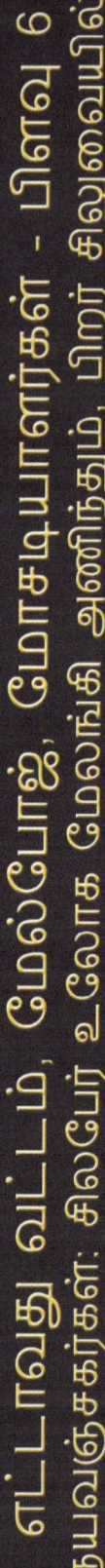

எட்டாவது வட்டம், மேல்போடம், மோசடியாளர்கள் - பிளவு 6
நயவஞ்சகர்கள்: கிலைப் உலோக மேலங்கி அணிந்ததும், பிறர் சிலுவையில்

எட்டாவது வட்டம், மேல்போஜ், மோசடியாளர்கள் – பிளவு 7
திருடர்கள், ஊர்வன போன்று எப்போதும் உருமாறிக்கொண்டே இருக்கின்றனர்

எட்டாவது வட்டம், மேல்போஜ், மோசடியாளர்கள் - பிளவு 8

மோசமான ஆலோசகர்கள்: யுலிசீஸ், டையோமெடிஸ் மற்றும் பிறர் அக்கினியில் எரிகின்றனர்

எட்டாவது வட்டம், மேல்போஜ், மோசடியாளர்கள் - பிளவு 9
குழப்பம் விளைவிப்பவரை அரக்கர்கள் வாளால் வெட்டுகின்றனர்

எட்டாவது வட்டம், மலேபோஜ், மோசடியாளர்கள் - பிளவு 10

ஏமாற்றுபவர்: பொன்மாற்று சித்தர், போலி நடிகர், பொய் சத்தியம் செய்வோர் மற்றும் வஞ்சகர்கள்

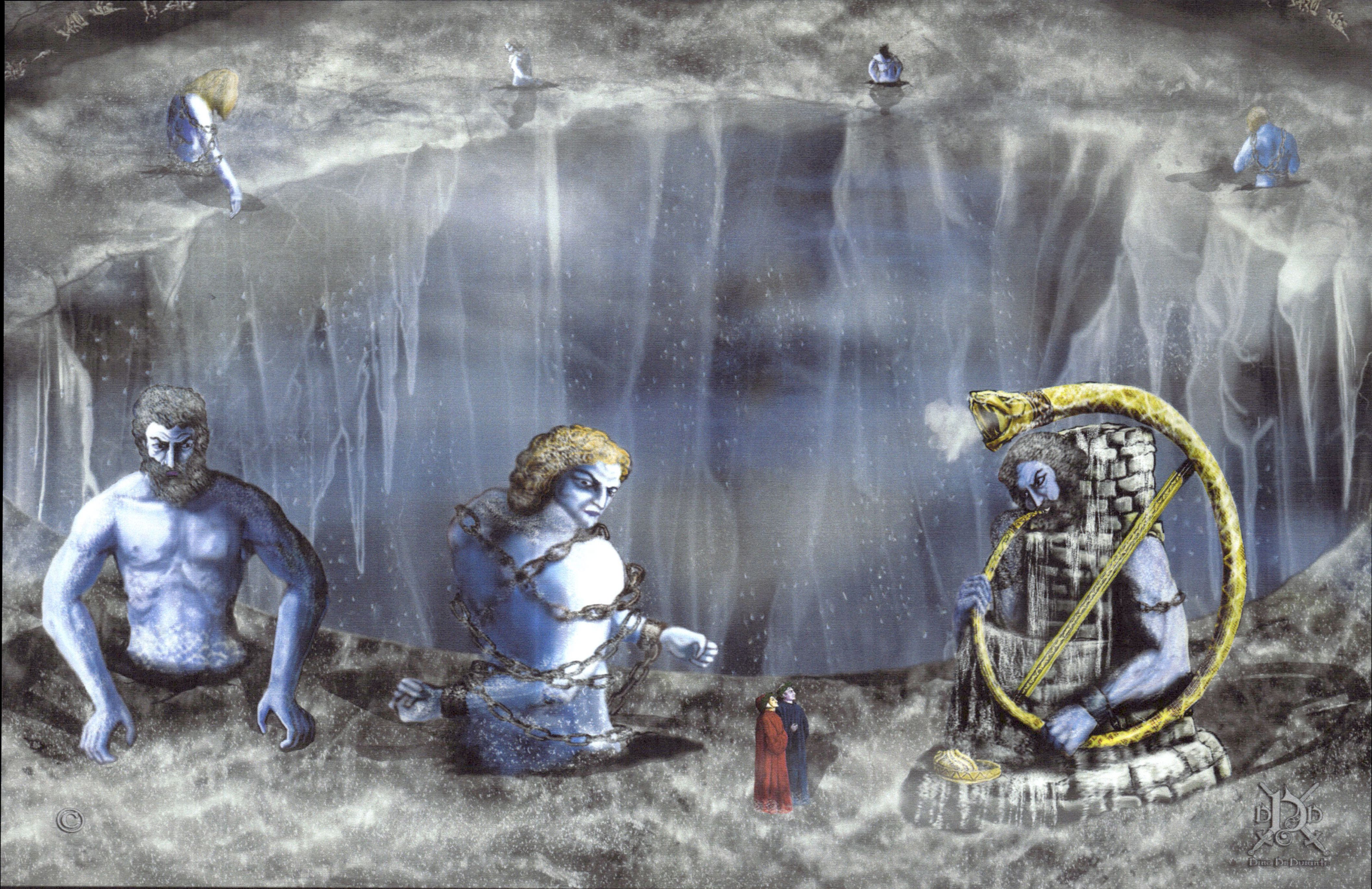

ஒன்பதாவது வட்டம் காவலர்கள்

அசுரர்கள்: எ·பியால்டீஸ், அன்டீயஸ் மற்றும் நிம்ரோது

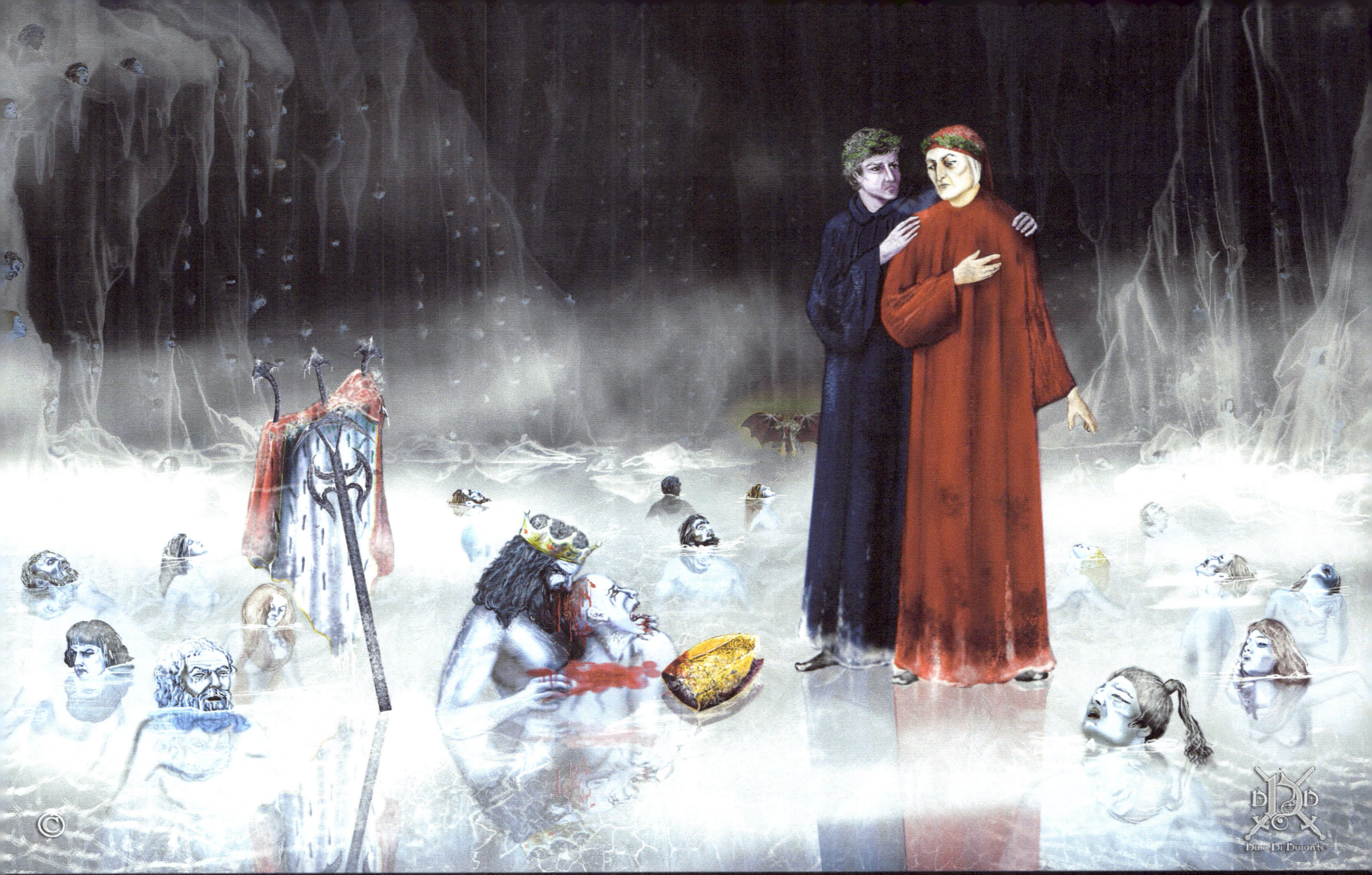

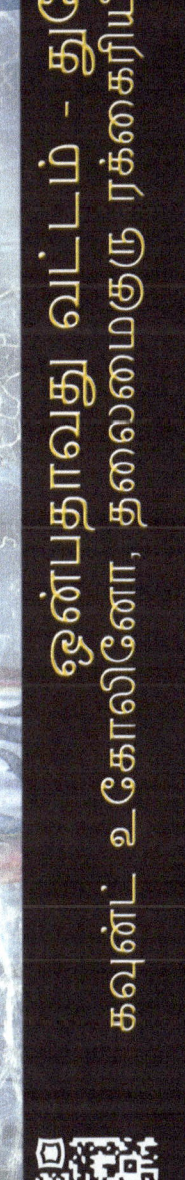

ஒன்பதாவது வட்டம் - துரோகிகள்

கவுன்ட் உகோலினோ, தலைமைகுரு ரக்கைரியின் தலையை மெல்கிறது

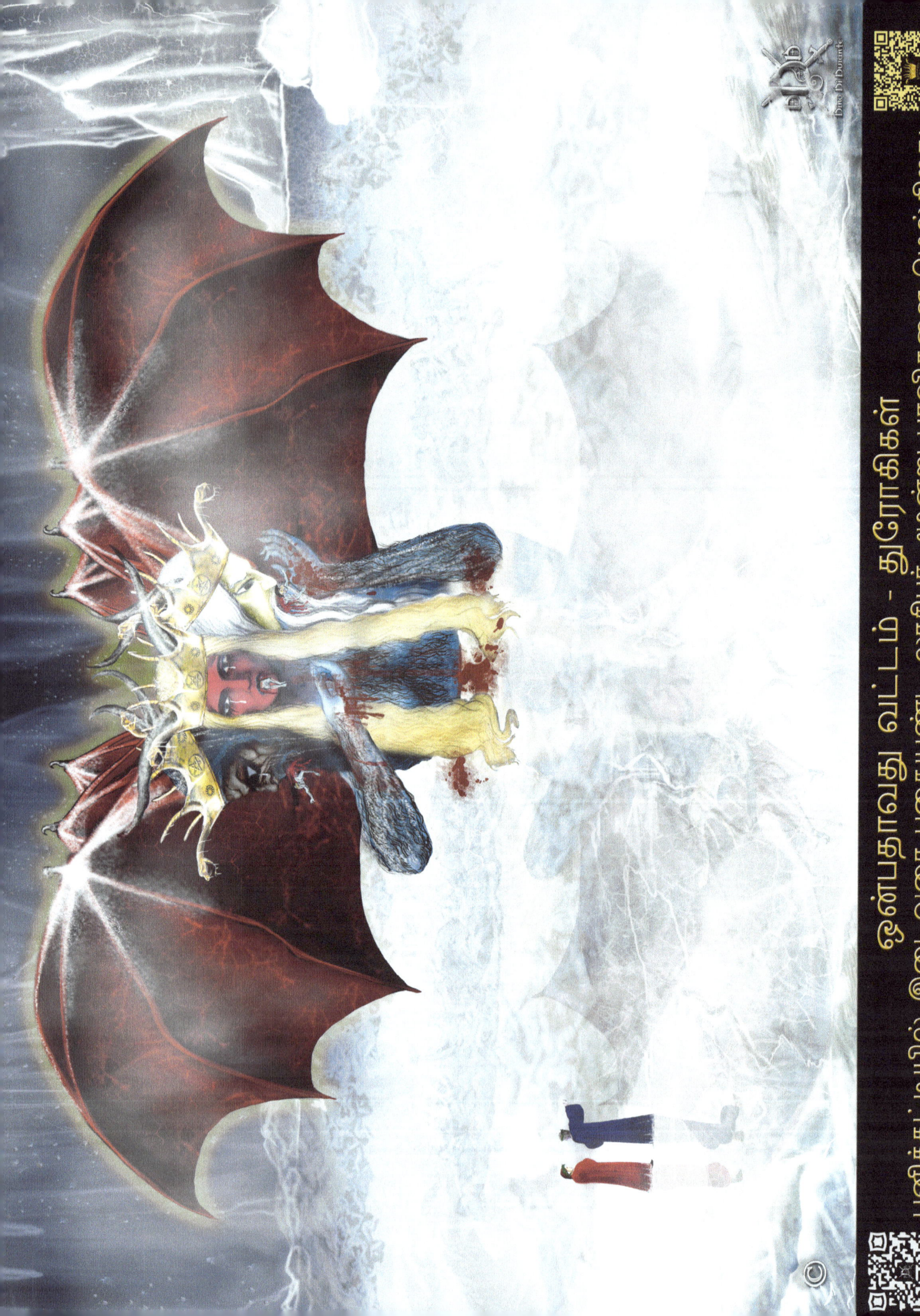

ஒன்பதாவது வட்டம் - துரோகிகள்

பனிக்கட்டியில் இடைவரை புதையுண்ட லூசிபர், மூன்று பாவிகளை மெல்கிறது

ஒன்பதாவது வட்டம் – துரோகிகள்

தோலில்லா லூசியர், யூதாசு, புருட்டஸ் மற்றும் கஸியஸ்ளை மெல்கிறது

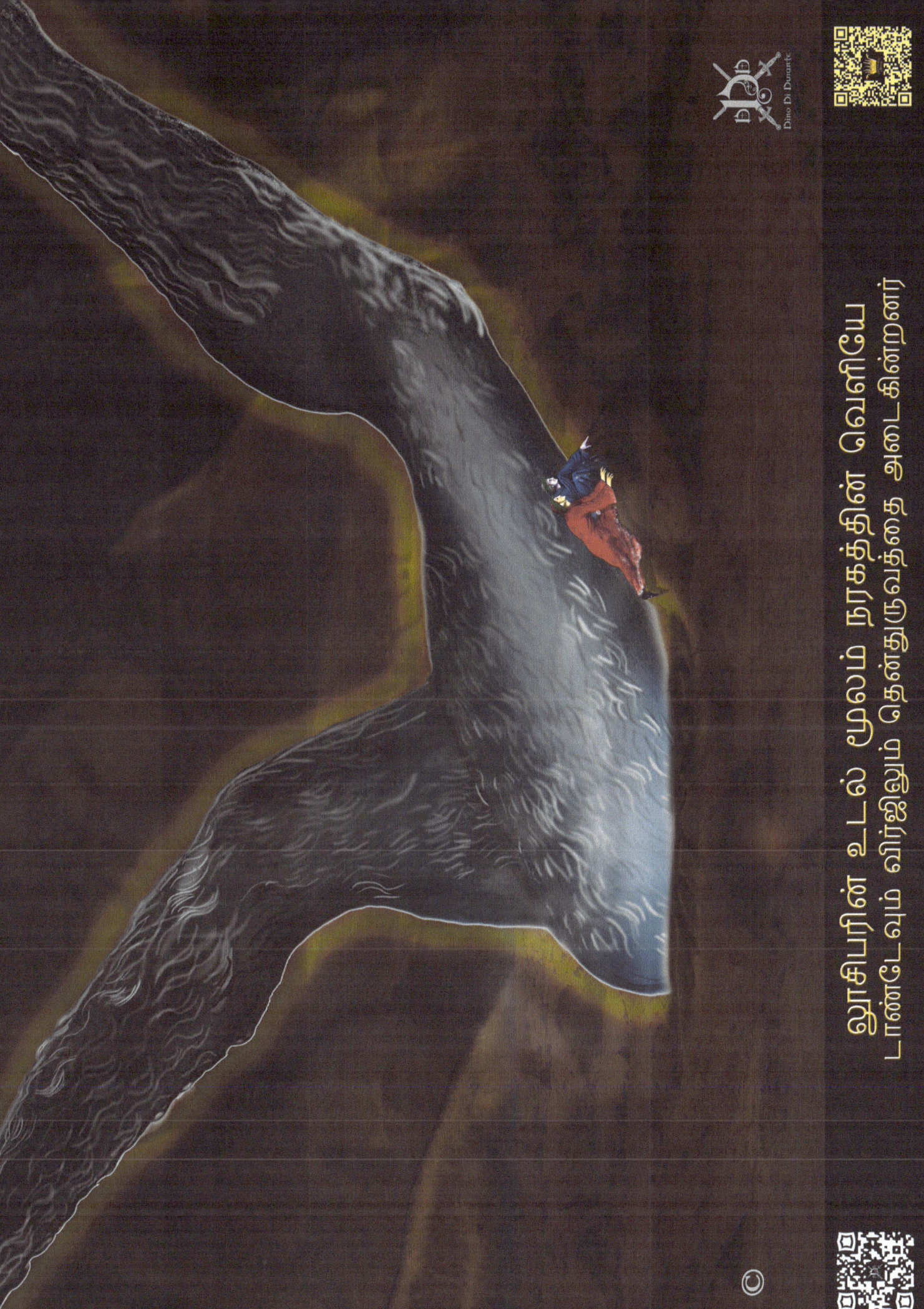

லூசிபரின் உடல் மூலம் நரகத்தின் வெளியே
டாண்டேவும் விர்ஜிலும் தென்துருவத்தை அடைகின்றனர்

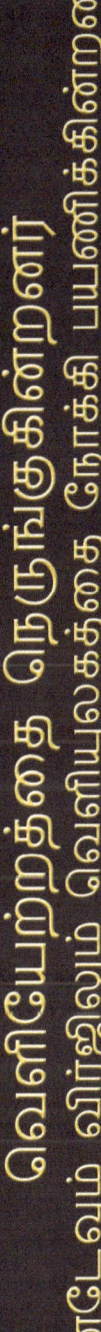

வெளியேயெற்றத்தை நெருங்குகின்றனர். வெளிச்சத்தை நோக்கி பயணிக்கின்றனர். டாண்டேவும் விர்ஜிலும் வெளியுலகத்தை நோக்கி பயணிக்கின்றனர்.

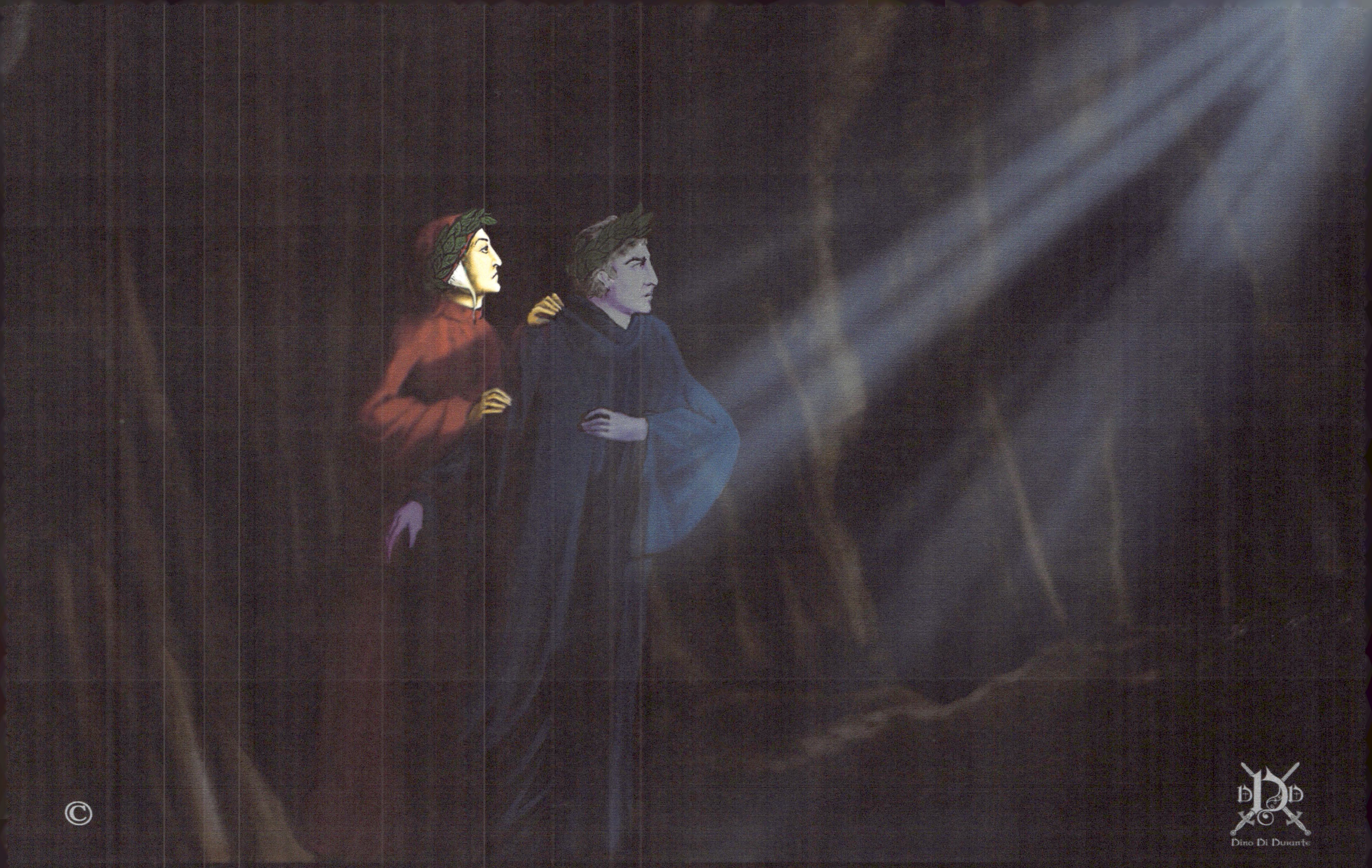

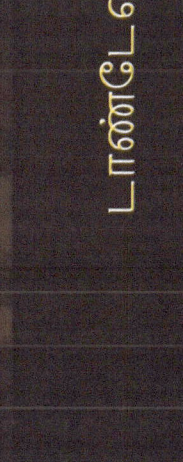

அழைப்புவிடுக்கும் ஒளி

டாண்டேவும் விர்ஜிலும் ஒளியை பின்தொடர்கின்றனர்

நட்சத்திரங்கள்

டாண்டேவும் விர்ஜிலும் நட்சத்திர ஒளியின் உதவியுடன் வெளிவருகின்றனர்

ஆன்மா திருத்தமடையும் இடத்தை அடைகின்றனர்

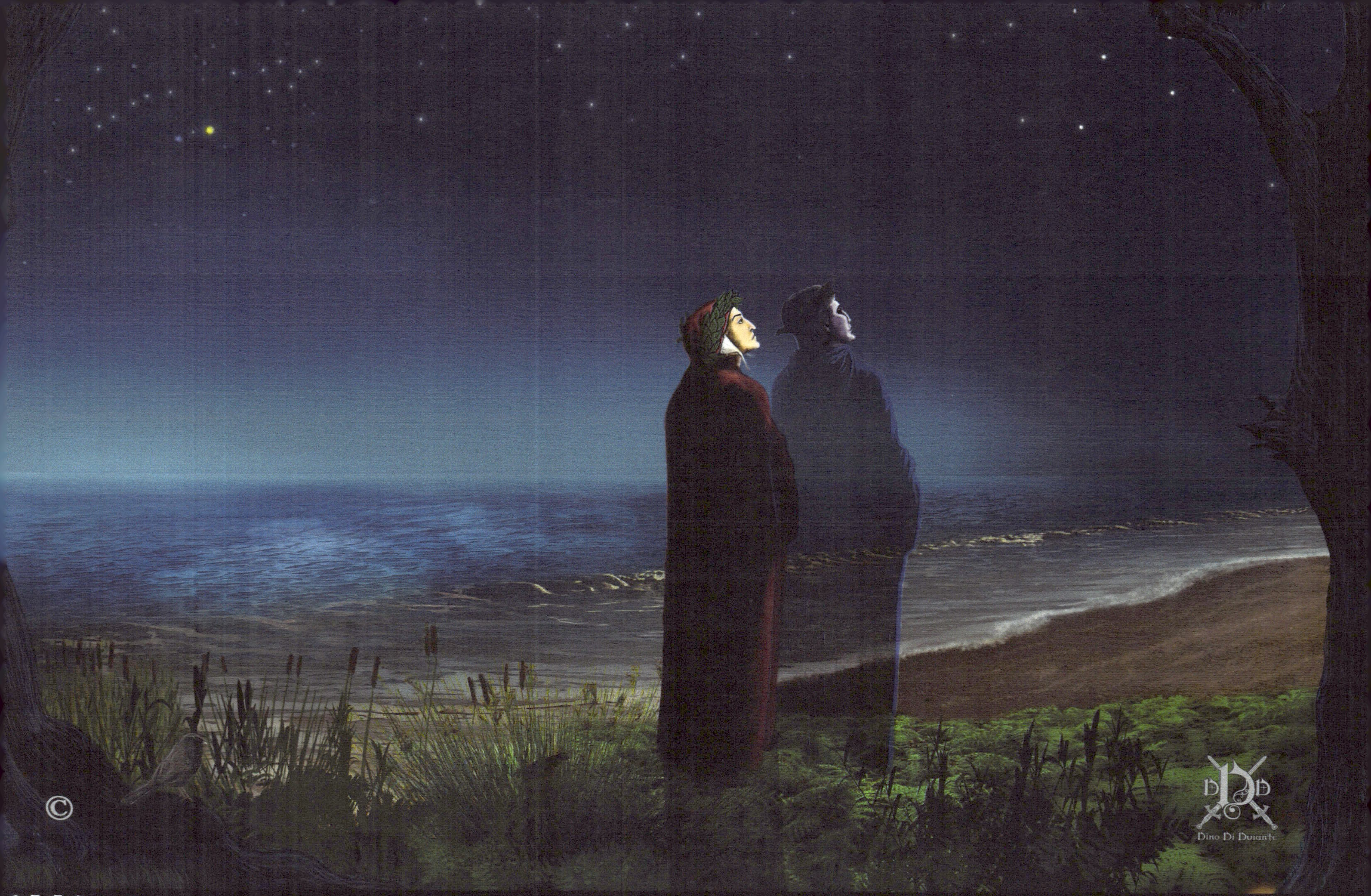

வானம்

தெற்கு சிலுவையையும் மீனம் விண்மீன் தொகுப்பினையும் பற்றி சிந்தித்தல்

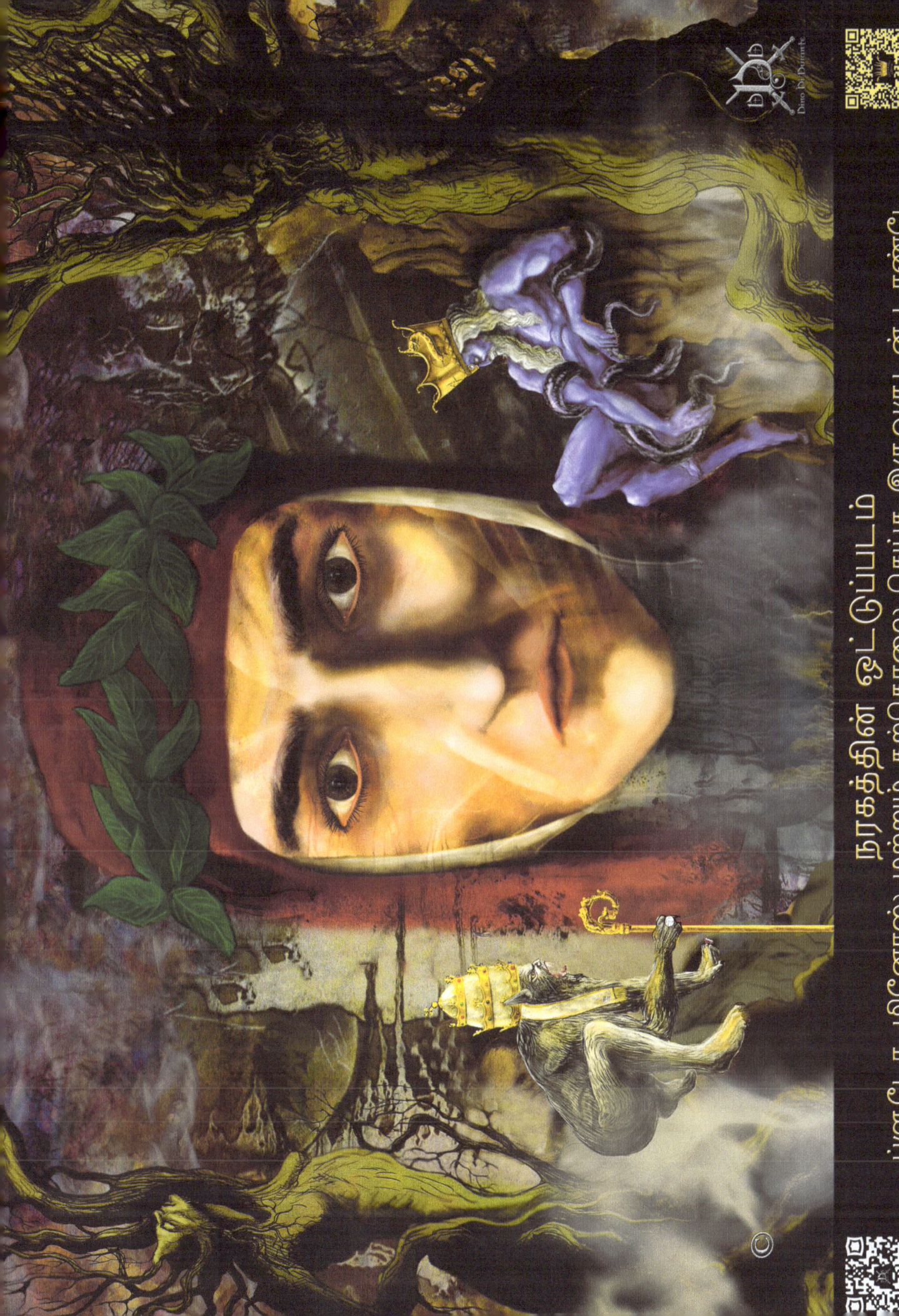

நரகத்தின் ஒட்டுப்படம்

ப்ளூடோ, மினோஸ் மற்றும் தற்கொலை செய்த இருவருடன் டாண்டே

Armand Mastroianni
Presents
Dante's Hell Animated
A Film Produced and Directed by Boris Acosta
Artwork by Dino Di Durante
Eric Roberts
Nia Peeples
Vincent Spano
Jeff Conaway
Hélène Cardona
Al Sapienza
Shirly Brener
Rico Simonini
Vanna Bonta
Adrian Paul
www.DantesHellAnimated.com

Armand Mastroianni
presenta

Inferno Dantesco Animato
Regia di Boris Acosta

Vittorio
Gassman

Franco
Nero

Vittorio
Matteucci

Silvia
Colloca

Marco
Bonini

Cosimo
Fusco

Veronica
De Laurentiis

Susanna
Cappellaro

Arnoldo
Foa

Simona
Caparrini

Mario
Opinato

Sceneggiatore - Dante Alighieri
Adattamento - Dino Di Durante
Produttore - Boris Acosta
Musica - Aldo De Tata e Maria Eolani
www.InfernoDantescoAnimato.com